# The Best Practice Tests
## for the Japanese-Language Proficiency Test

Bộ đề thi thử Kỳ thi Năng lực Tiếng Nhật tốt nhất

インターカルト
日本語学校
Intercultural
Institute of Japan

沼田宏　大村礼子　筒井由美子
Hiroshi Numata　Reiko Ohmura　Yumiko Tsutsui

JLPT
N4

# 日本語能力試験 ベスト模試

the japan times
PUBLISHING

**著者**

インターカルト日本語学校

　1977年日本語学校、1978年日本語教員養成研究所創立。年間60を超える国々より留学生を受け入れている。また、日本語教育のテキスト・参考書の作成や、e-ラーニング教材の開発なども手掛けている。

筒井由美子：インターカルト日本語学校校長、インターカルト日本語教員養成研究所所長を経て、現在、アメリカにて日系アメリカ人子弟を対象としたバイリンガル教育に携わる。

大村　礼子：インターカルト日本語学校において、教材開発(e-ラーニングを含む)、問題作成、日本語能力試験対策授業の実施、日本語能力試験対策書籍の作成などに携わる。

沼田　宏：元インターカルト日本語学校専任講師、インターカルト日本語教員養成研究所所長。現在は日本語教育機関で留学生を対象に日本語能力試験・日本留学試験対策等の授業を行う傍ら、外国人の就労・定着支援研修のプログラムにも携わる。

## JLPT 日本語能力試験ベスト模試 N4
The Best Practice Tests for the Japanese-Language Proficiency Test N4

2020年6月5日　初版発行
2024年5月20日　第2刷発行

著　者：インターカルト日本語学校／筒井由美子・大村礼子・沼田宏

発行者：伊藤秀樹

発行所：株式会社 ジャパンタイムズ出版
　　　　〒102-0082 東京都千代田区一番町2-2
　　　　一番町第二TGビル 2F
ISBN978-4-7890-1754-1

First edition: June 2020
2nd printing: May 2024

Narrators: Sayuri Miyako, Yuki Minatsuki, Kimiyoshi Kibe and Shogo Nakamura
Recordings: The English Language Education Council
English translations: Jon McGovern
Vietnamese translations: Nguyen Do An Nhien
Layout design and typesetting: Soju Co., Ltd.
Cover design: Shohei Oguchi + Hikari Oshiro (tobufune)
Printing: Nikkei Printing Inc.

Published by The Japan Times Publishing, Ltd.
2F Ichibancho Daini TG Bldg., 2-2 Ichibancho, Chiyoda-ku, Tokyo 102-0082, Japan
Website: https://jtpublishing.co.jp

ISBN978-4-7890-1754-1

Printed in Japan

## はじめに　Preface／Lời nói đầu

### 日本語能力試験N4を受験する学習者の皆さんへ

#### To everyone planning to take JLPT N4／Mến gửi các bạn học thi Kỳ thi Năng lực Tiếng Nhật N4

　『JLPT日本語能力試験ベスト模試N4』は、皆さんが日本語能力試験N4に絶対に合格することを目標に作りました。

　模擬試験は3回あります。その問題は、今までの能力試験で実際に出たものをよく見て、同じ形にしました。それぞれの質問は、一つ一つよく考えて選びました。そして、問題の解説は、答えだけでなく皆さんがたくさんのことを覚えられるように、必要な説明を書きました。この本で、今の自分の力、合格するために足りないこと、これから勉強することを見つけてください。解説は特に大切です。一つの問題をやった後、その問題に関係する他のことも勉強できます。この解説を読んで勉強すれば、どんな問題でも解く力がつきます。

　この本を十分活用してください。そして日本語能力試験に合格して、皆さんの夢を実現させてください。

_The Best Practice Tests for the Japanese-Language Proficiency Test (JLPT) N4_ has been created with one overarching goal: To make sure that you pass level N4 of the JLPT.

　This book presents three practice tests. The questions have been very closely modeled after those appearing in the actual JLPT, based on thorough analysis of past tests, and every single question has been rigorously selected. We have also provided commentary where needed to help you learn much more beyond the answers to the questions. Please use this book to identify your weak skill areas so that you can focus on improving them to the level needed to pass the real test. As you study, keep in mind that the commentary is very important, as it enables to you to take a moment after each question to boost your understanding of grammar and other matters related to that question. If you carefully go over the various explanations, you will gain the power to solve any question.

　We hope that you will squeeze this book for every drop of knowledge you can get from it. Then, please use what you learned to pass the JLPT and make your dreams come true!

　Cuốn sách "Bộ đề thi thử Kỳ thi Năng lực Tiếng Nhật N4 tốt nhất" này được xây dựng với mục tiêu là để mọi người chắc chắn đậu Kỳ thi Năng lực Tiếng Nhật N4.

　Có 3 đề thi thử. Chúng tôi đã xem xét những nội dung từng được ra trong các kỳ thi năng lực thực tế từ trước đến nay, và soạn theo cùng một hình thức. Chúng tôi đã cân nhắc kỹ để lựa chọn từng câu hỏi một. Và ở phần giải thích câu hỏi, bên cạnh câu trả lời, chúng tôi đã viết những giải thích cần thiết để mọi người có thể ghi nhớ nhiều điều. Các bạn hãy dùng quyển sách này để tìm ra những gì mình còn thiếu ở năng lực hiện tại và những gì phải học sắp tới để thi đậu. Phần giải thích đặc biệt quan trọng. Sau khi làm xong một câu hỏi rồi, các bạn vẫn có thể học cả những phần khác có liên quan đến câu hỏi đó. Nếu đọc phần giải thích này để học thì các bạn sẽ có được năng lực giải bất kỳ câu hỏi nào.

　Hãy sử dụng cuốn sách này thật hiệu quả. Và hãy thi đậu Kỳ thi Năng lực Tiếng Nhật để hiện thực hóa ước mơ của mình.

2020年5月　May 2020　インターカルト日本語学校　Intercultural Institute of Japan

筒井由美子 Yumiko Tsutsui

大村礼子 Reiko Ohmura

沼田宏 Hiroshi Numata

# もくじ　Contents／Mục lục

[別冊 模擬試験　Separate volume practice tests／Bài thi thử gỡ rời]

第1回　問題・解答用紙　Test / Answer Sheet 1／Đề thi / Giấy làm bài lần 1

第2回　問題・解答用紙　Test / Answer Sheet 2／Đề thi / Giấy làm bài lần 2

第3回　問題・解答用紙　Test / Answer Sheet 3／Đề thi / Giấy làm bài lần 3

# 本書の特長と使い方

## 模擬試験に挑戦！

### ◆模擬試験の目的は？

模擬試験を受ける → 自分の苦手なこと、自分の今の実力を知る → 本試験までの学習計画を立てて、自分ができないところを中心に勉強する → 本試験を受ける → 合格！

### ◆模擬試験を受ける時は？

練習ではなく、本試験の時と同じ気持ちで！

☞ 本試験と同じように、集中できる所でする。

☞ 時間を計り、本試験と同じ時間内にする。

### ◆3回分をいつ使う？

日程例

| 第1回 本試験4～5か月前 ⇒ | 第2回 本試験2か月前 ⇒ | 第3回 本試験2～3週間前 |

☞ 一度に3回分全部をしない。

☞ 少し間を空けてする。点数の変化を見て成果をチェック。

### ◆どのくらい点をとればいい？

基準点と合格点：「採点表」(p. 44, 80, 114) 参照

しかし　本試験では緊張する ⇒ 模擬試験より点が悪くなる

→ 基準点・合格点より10～20%高い点を取るようにがんばろう！

## 「解説」の特長と科目別学習のヒント

本書の「解説」を活用して学習を広げてください。間違えた問題はもちろん、正しく答えられた問題も解説をよく読みましょう。解説を読むと、答え以外のことも勉強できます。

### ◆文字・語彙

問題の文。漢字を使って書いてある。そのまま覚えよう。

道を曲がるときは注意してください。Be careful when making turns.／Khi rẽ (quẹo) trên đường thì hãy chú ý.

辞は辞書形を表す。

漢字の読み方。この解説に出てくる漢字の読み方は、常用漢字表に載っている読み方すべてではない。

 辞 注意する 【注】チュウ・そそ-ぐ 例 注文(する) order／gọi món, đặt

❗「ちゅうい」：「う」がある

間違えやすい点を、❗で示してある。

【意】イ 例 意見 opinion／ý kiến 意味 meaning／ý nghĩa 用意(する) preparation／chuẩn bị

漢字は一つの字ではなく「言葉」を覚えよう。

## ◆文法

### 問題1「文の文法1（文法形式の判断）」

解説を見て、文の意味と例文を覚えよう。

### 問題2「文の文法2（文の組み立て）」

文を組み立てる問題。助詞・名詞修飾・言葉のつながりに注意。

卍 文の組み立て方：名詞修飾の形を目に見えるように示してある。

### 問題3「文章の文法」

文章の意味がわかってから文法の問題に答えましょう。まず、書いている人が何を言いたいか、考えてください。

☝ よく出題される文法項目

・「〜ます・〜ています」「〜ておきます・〜てみます・〜てしまいます」
・「〜（ら）れます」「〜（さ）せます」「〜てあげます・〜てもらいます・〜てくれます」
・接続の表現　「でも」「だから」「それから」など

## ◆読解

解説は、下のように分かれています。この解説を見て、読んで理解する力をつけてください。

🔍 答えに関係する文：本文のどこを読めば答えがわかるか

📖 文章理解のポイント：どのような読み方をすればいいか

読解問題には、次のようなタイプがあります。

「内容理解」

わからない言葉があっても気にしなくていいです。この文が何を言いたいかを理解することが大切です。

☝ 教科書や身の回りの文章をたくさん読もう。

☝ 自分の国の言葉で本を読むことが好きな人・一般的な知識がたくさんある人が有利！

「情報検索」

お知らせ・広告などから、必要な情報を速く見つける。

☝ 慣れが必要　→　雑誌や新聞などの情報を見て慣れておこう。

「情報検索」は、読解の最後に必ずあります。

☝ 書いてあることから必要なことを見つけよう。

☝ 数字などに注意して、急がないで読もう。

☝ 時間が足りなくならないように。時間に注意！

## ◆聴解

・スクリプトの**太字**＝選択肢の中で、答えではない言葉
・スクリプトの<u>下線</u>＝正しい答えがわかる言葉

解説は、下のように分かれています。この解説を見て、聞き取りの力をつけてください。

♪ 理解のポイント：どのような聞き方をすればいいか

🔑 ヒントになる言葉：答えを見つけるために大事な言葉

💬 役立つ言葉：答えに関係してもしなくても、覚えておくといい言葉

聴解は、問題1〜4がそれぞれタイプ別になっています。問題別の特徴や注意点は以下の通りです。

## 問題1「課題理解」

・イラスト、地図、文字などを見ながら聞いて、答えを選ぶ。

・会話の前に質問を聞く。

　☝ 質問の内容をきちんと聞こう。

　☝ 誰かの話を聞いてその通りにする。「何」「どの」「いつ」「どこ」「だれ」「何人／何か月」など
　　を聞く問題が多い。

## 問題2「ポイント理解」

・短い言葉を見ながら話を聞いて、答えを選ぶ。

・会話の前に質問を聞く。

　☝ 自分がしたことやこれからすること。「どうして」「どんな」「何」「いつ」などを聞く問題が
　　多い。

## 問題3「発話表現」

・絵を見てちょうどいい言い方を選ぶ。

　☝ 生活の中で普通に使う表現を覚えておこう。

　☝ 敬語を使った表現や友達同士の表現を知っておこう。

## 問題4「即時応答」

・短い発話を聞く　→　会話の相手が何と答えるかを選ぶ。

　☝ 聞き取る力＋語彙・文法・表現の知識が大切。

　☝ 生活の中で普通に使う表現を覚えておこう。

---

### ■模擬試験冊子について

・巻末の模擬試験は第1回・第2回・第3回が別々の冊子になっていて、1回分ずつ個別に取り外すことができます。冊子の表紙と最終ページを持って、本の外側にそっと引っ張って外してください。

・1回分の模擬試験冊子に、「言語知識（文字・語彙）」「言語知識（文法）・読解」と「聴解」がまとまっています。

・「言語知識（文字・語彙）」「言語知識（文法）・読解」と「聴解」の解答用紙は模擬試験冊子の最後に付いています。模擬試験を始める前に、はさみで切り取って準備しておいてください。

### ■聴解問題の音声ダウンロードについて

・右下のQRコードを読み取って、ジャパンタイムズ出版の無料音声アプリ「OTO Navi」をスマートフォンやタブレットにインストールし、聴解問題の音声をダウンロードしてください。

・聴解問題の音声は下記のURLからダウンロードすることもできます。ダウンロードは無料です。

https://bookclub.japantimes.co.jp/jp/book/b505858.html

# Features and Usage of This Book

## Try your hand at practice tests!

◆ **Why should I take practice tests?**

Take practice tests → Identify the areas you need to work on, and see how your current strengths match up against the level needed to pass → Develop and follow a study plan that enables you to efficiently focus on strengthening your weak areas → Take the JLPT → **Succeed!**

◆ **How should I approach the practice tests?**

Instead of thinking of them as practice, treat them as if they were the real thing!

   🕮 Take the practice tests somewhere that allows you to concentrate like you would at a real test venue.

   🕮 Time yourself. Take no more time than what is allotted in the actual test.

◆ **How should I schedule the three practice tests?**

Here's one suggestion:

| 1st test | 4–5 months before actual test ⇒ | 2nd test | 2 months before ⇒ | 3rd test | 2–3 weeks before |

   🕮 Avoid taking all three in one swoop.

   🕮 Spacing the tests apart gives you a better idea of how much your study efforts are helping to boost your scores.

◆ **How many points should I aim for?**

Refer to the scoresheets on p. 44, 80, and 114 for the minimum acceptable scores and passing scores. However, since many examinees tend to score lower in the actual test than in practice tests due to stress and other factors, it's usually a good idea to play <u>it safe by becoming able to achieve practice test scores 10–20% above the minimum acceptable/passing scores.</u>

## Commentary structure and tips for each area of study

Refer to the commentary provided in this book to get more out of your test preparations. Be sure to carefully read every explanatory note, even if you answered the question correctly. The commentary enables you to increase your understanding beyond just the answers to the questions.

◆ **Vocabulary**

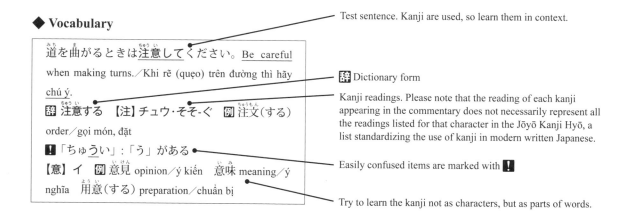

Test sentence. Kanji are used, so learn them in context.

Dictionary form

Kanji readings. Please note that the reading of each kanji appearing in the commentary does not necessarily represent all the readings listed for that character in the Jōyō Kanji Hyō, a list standardizing the use of kanji in modern written Japanese.

Easily confused items are marked with ❗

Try to learn the kanji not as characters, but as parts of words.

8

## ◆ Grammar

### Question 1: Sentential grammar 1 (Selecting grammar form)

Read the commentary to learn the meaning of the test sentence, and memorize the example sentences given.

### Question 2: Sentential grammar 2 (Sentence composition)

Pay close attention to the use of particles, how nouns are modified, and the way that certain words are strung together.

🔡 Sentence construction: Visualization of how noun modification is done.

### Question 3: Text grammar

Answer grammar questions after figuring out the meaning of the passage. Start by thinking about what the writer is trying to communicate.

　📖 Grammar items that often appears in these questions:
- 「～ます・～ています」「～ておきます・～てみます・～てしまいます」
- 「～（ら）れます」「～（さ）せます」「～てあげます・もらいます・くれます」
- Conjunctive expressions「でも」「だから」「それから」など

## ◆ Reading

The commentary is categorized as follows. Use this commentary as guide for strengthening your reading comprehension skills.

　🔍 Sentences associated with the answer: How to identify the parts of passages you need to read to find the answer

　📖 Reading comprehension strategies: How to read and understand passages

The reading questions are divided into the following types.

### Comprehension

The trick to solving these questions is figure out the message of the passage as a whole, rather than focusing too much on what each expression means.

　📖 Try reading lots of material from textbooks and writings encountered in everyday life.

　📖 People who like to read books in their native language and/or have a lot of general knowledge are at a bigger advantage!

### Information retrieval

These questions challenge you to quickly pick out necessary information from notices, ads, etc.

　📖 To handle these questions efficiently, you need to become accustomed to their format and material, so it's a good idea to make a habit out of reading announcements in magazines and the like.

The JLPT's Reading section always ends with an information retrieval question.

　📖 Sift through the text to find the information needed.

　📖 Don't rush through numbers and other such data. Read them carefully.

　📖 Pace yourself so that you don't run out of time. Keep an eye on the clock!

## ◆ Listening

· The parts of the script in **bold** are phrases/expressions associated with the wrong answer choices.

· The underlined parts are associated with the correct answer.

The commentary is structured as follows. Use the commentary as a roadmap for enhancing your listening comprehension skills.

　♪ Listening comprehension strategies: How to listen to and understand spoken material

　🔊 Words that serve as clues: Key words that lead you to the answer

　💟 Handy expressions: Words that are handy to know, including ones not directly linked to the answer

Questions 1–4 each present a different type of question. Below are the characteristics of each type and pointers on how to tackle them.

## Question 1: Task-based comprehension

· In these problems, you look at illustrations, maps, text, etc. while listening and then pick out the right answer.
· The question is played before the dialogue.
  - ☝ Be sure to understand what exactly the question is asking.
  - ☝ You need to choose the answer indicating the action that correctly follows what the speaker says. Many of these problems have questions that ask what, which, when, where, who, how many (people/months), or the like.

## Question 2: Point comprehension

· For these problems, you look at short expressions as you listen, and then select the answer.
· The question is played before the dialogue.
  - ☝ The questions focus on something the speaker did or plans to do.

## Question 3: Verbal expressions

· You look at illustrations and select the appropriate verbal expressions.
  - ☝ Familiarize yourself with natural verbal exchanges that commonly occur in daily life.
  - ☝ Learn both honorific speech and casual expressions used with friends.

## Question 4: Quick response

· You listen to a short utterance and then select the appropriate response to it.
  - ☝ It takes strong listening skills and broad knowledge of <u>vocabulary, grammar, and expressions</u> to do well on these questions.
  - ☝ Familiarize yourself with natural verbal exchanges that commonly occur in daily life.

---

### ■ About the practice test booklets

· The three practice tests are each bound in separate booklets at the end of this book. <u>The booklets are detachable.</u> <u>To remove a booklet, grasp its cover and last page and gently pull it from the book</u>.
· Each booklet is divided into: Language Knowledge (Vocabulary) , Language Knowledge (Grammar) / Reading, and Listening.
· The answer sheets for each part are found at the end of the booklet. <u>Before taking the practice test, prepare the answer sheets by cutting them out with scissors</u>.

### ■ About the audio downloads

· Scan the QR code at the bottom right and install OTO Navi, The Japan Times Publishing's free sound navigation app, on your smartphone or tablet. Next, use the app to download the audio material for the listening comprehension sections of this book.
· The listening comprehension audio files can also be downloaded via the page linked below. <u>The downloads are **free**</u>.
  https://bookclub.japantimes.co.jp/en/book/b505863.html

# Đặc trưng và cách sử dụng quyển sách này

## Thử thách với kỳ thi thử!

◆ **Mục đích của kỳ thi thử là gì?**

Thi thử → Biết môn mình còn yếu, năng lực cần thiết để thi đậu và thực lực hiện tại → Lên kế hoạch học tập hiệu quả và học tập trung các phần còn yếu cho đến kỳ thi thật → Thi thật → **Thi đậu!**

◆ **Khi thi thử?**

Phải làm bài với tâm thế giống như thi thật chứ không phải luyện tập!

    🖋 Tiến hành trong môi trường có thể tập trung như kỳ thi thật.

    🖋 Tính giờ và kết thúc bài thi trong giới hạn thời gian giống với kỳ thi thật.

◆ **Sử dụng 3 lần thi thử khi nào?**

Ví dụ lịch học

| Lần 1 | Trước kỳ thi thật 4 ~ 5 tháng ⇒ | Lần 2 | Trước kỳ thi thật 2 tháng ⇒

| Lần 3 | Trước kỳ thi thật 2 ~ 3 tuần

    🖋 Không giải hết 3 bộ đề thi trong 1 lần.

    🖋 Cách khoảng một chút để kiểm tra thành quả học tập qua sự thay đổi trong điểm số.

◆ **Đạt bao nhiêu điểm thì được?**

Điểm chuẩn và điểm đậu: Tham khảo "Bảng tính điểm" (trang 44, 80, 114)

Nhưng, ở kỳ thi thật, do tâm lý căng thẳng nên thường điểm sẽ thấp hơn kỳ thi thử.

→ <u>Hãy nhắm đến mục tiêu đạt hơn cao điểm chuẩn – điểm đậu từ 10 ~ 20%!</u>

## Đặc trưng của "Giải thích" và gợi ý học tập từng môn

Hãy sử dụng hiệu quả phần "Giải thích" của quyển sách này để mở rộng việc học. Không chỉ những câu hỏi mình làm sai mà các bạn hãy đọc kỹ cả phần giải thích những câu hỏi mình đã trả lời đúng. Khi đọc giải thích, các bạn có thể học cả những phần ngoài câu hỏi.

**Ví dụ giải thích ("Kiến thức từ vựng")**

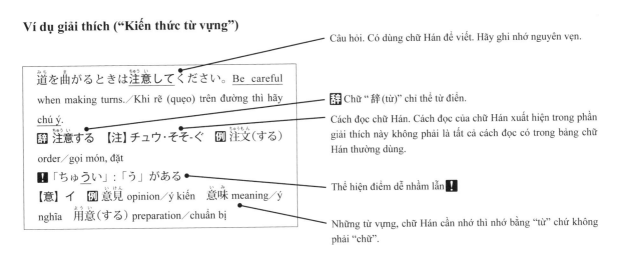

Câu hỏi. Có dùng chữ Hán để viết. Hãy ghi nhớ nguyên vẹn.

Chữ "辞 (từ)" chỉ thể từ điển.

Cách đọc chữ Hán. Cách đọc của chữ Hán xuất hiện trong phần giải thích này không phải là tất cả cách đọc có trong bảng chữ Hán thường dùng.

Thể hiện điểm dễ nhầm lẫn

Những từ vựng, chữ Hán cần nhớ thì nhớ bằng "từ" chứ không phải "chữ".

◆ **Từ vựng**

◆ **Ngữ pháp**

Câu 1: "Ngữ pháp của câu (Chọn hình thức ngữ pháp)"

Hãy xem giải thích và ghi nhớ ý nghĩa của câu và câu ví dụ.

Câu 2: "Ngữ pháp của câu 2 (Ghép câu)"

Lưu ý sự kết nối của trợ từ, phần tu từ bổ nghĩa cho danh từ và từ vựng.

🔁 Cách ghép câu : Được hiển thị để có thể nhìn thấy hình thức của tu từ bổ nghĩa cho danh từ.

Câu 3: "Ngữ pháp của đoạn văn"

Hãy trả lời câu hỏi ngữ pháp sau khi hiểu nghĩa của đoạn văn. Trước tiên, hãy suy nghĩ người viết muốn nói gì.

✊ Hạng mục ngữ pháp thường được ra trong đề thi

・「～ます・～ています」「～ておきます・～てみます・～てしまいます」

・「～（ら）れます」「～（さ）せます」「～てあげます・もらいます・くれます」

・Cách diễn đạt từ nối「でも」「だから」「それから」など

◆ **Đọc hiểu**

Phần giải thích được chia ra như sau. Hãy tham khảo phần giải thích này để nâng cao năng lực đọc hiểu.

🔑 Câu liên quan đến câu trả lời: Nếu đọc ở đâu trong nội dung chính thì biết được câu trả lời

💡 Từ gợi ý: Từ quan trọng để tìm thấy câu trả lời

📖 Điểm lý giải: Đọc như thế nào thì được

💟 Những từ có ích: Những từ nên nhớ dù có liên quan đến câu trả lời hay không

Câu hỏi đọc hiểu có những dạng như sau.

"Hiểu nội dung"

Đừng quá câu nệ từng chữ một mà quan trọng là nắm bắt được toàn thể đoạn văn đang chuyển tải điều gì.

✊ Hãy đọc sách giáo khoa hay những đoạn văn trong đời sống quanh mình càng nhiều càng tốt.

✊ Những người thích đọc sách bằng tiếng mẹ đẻ, những người có kiến thức phổ thông phong phú sẽ có ưu thế!

"Tìm kiếm thông tin"

Tìm thông tin cần thiết từ thông báo, quảng cáo v.v. một cách nhanh chóng.

✊ Cần phải quen → Thường ngày, hãy tập thói quen đọc mục thông tin trên tạp chí v.v.

"Tìm kiếm thông tin" chắc chắn sẽ được ra đề ở cuối phần đọc hiểu.

✊ Hãy tìm ra thông tin cần thiết từ những gì được viết.

✊ Hãy chú ý đến con số và đọc không vội vã.

✊ Không để thiếu thời gian. Hãy chú ý thời gian!

◆ **Nghe**

・**Chữ in đậm** trong phần nội dung nghe không phải là câu trả lời trong phần lựa chọn

・<u>Chữ được gạch dưới</u> trong phần nội dung nghe là từ để biết câu trả lời đúng

Phần giải thích được chia ra như sau. Hãy tham khảo phần giải thích này để nâng cao năng lực nghe hiểu.

🎵 Điểm lý giải: Cách nghe như thế nào thì tốt

💡 Từ gợi ý: Từ quan trọng để tìm thấy câu trả lời

💟 Những từ có ích: Những từ nên nhớ dù có liên quan đến câu trả lời hay không

Phần Nghe được chia thành 4 dạng từ câu 1 ~ câu 4. Đặc trưng và các điểm cần lưu ý ở mỗi câu hỏi như sau.

## Câu 1: "Hiểu vấn đề"

· Vừa nhìn hình minh họa, bản đồ, chữ v.v. vừa nghe để chọn câu trả lời.

· Nghe câu hỏi trước đoạn hội thoại.

　📖 Hãy nghe kỹ nội dung câu hỏi.

　📖 Nghe câu chuyện của ai đó và làm đúng như vậy. Nhiều câu hỏi hỏi "cái gì", "nào", "khi nào", "ở đâu", "ai", "mấy người / mấy tháng" v.v.

## Câu 2: "Hiểu điểm chính"

· Vừa đọc từ ngắn vừa nghe câu chuyện để chọn câu trả lời.

· Nghe câu hỏi trước đoạn hội thoại.

　📖 Việc mình đã làm và việc sẽ làm sắp tới. Nhiều câu hỏi hỏi "tại sao", "như thế nào", "cái gì", "lúc nào" v.v.

## Câu 3 "Diễn đạt bằng lời"

· Nhìn tranh để chọn thoại phù hợp

　📖 Hãy ghi nhớ cách nói chuyện tự nhiên trong đời sống.

　📖 Hãy ghi nhớ cách diễn đạt dùng kính ngữ và cách diễn đạt giữa bạn bè với nhau.

## Câu 4: "Trả lời nhanh"

· Nghe câu thoại ngắn → Chọn câu mà người còn lại trong đoạn hội thoại sẽ trả lời là gì.

　📖 Quan trọng là năng lực nghe hiểu + kiến thức từ vựng, ngữ pháp, cách diễn đạt.

　📖 Hãy ghi nhớ cách nói chuyện tự nhiên trong đời sống.

---

### ■ Về tập đề thi thử

· Đề thi thử ở cuối sách được chia thành 3 tập riêng cho lần 1, lần 2, lần 3 <u>và có thể gỡ rời từng lần 1. Bạn hãy cầm từng tập từ trang bìa và trang cuối rồi kéo ra ngoài cuốn sách để gỡ ra.</u>

· Trong tập đề thi thử của mỗi lần đều có đầy đủ "Kiến thức ngôn ngữ (Từ vựng)", "Kiến thức ngôn ngữ (Ngữ pháp) — Đọc hiểu" và "Nghe".

· Giấy trả lời của "Kiến thức ngôn ngữ (Từ vựng)", "Kiến thức ngôn ngữ (Ngữ pháp) — Đọc hiểu" và "Nghe" được gắn ở cuối tập đề thi thử. <u>Trước khi bắt đầu bài thi thử, hãy dùng kéo cắt ra, chuẩn bị sẵn sàng.</u>

### ■ Về việc tải âm thanh của phần Nghe

· Hãy đọc mã QR phía dưới bên phải và cài đặt ứng dụng âm thanh miễn phí của NXB Japan Times vào điện thoại thông minh hoặc máy tính bảng và tải phần âm thanh câu hỏi môn Nghe xuống.

· Bạn cũng có thể tải phần âm thanh câu hỏi môn Nghe từ đường dẫn URL dưới đây. <u>Phần tải này **miễn phí**.</u>

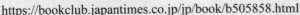 https://bookclub.japantimes.co.jp/jp/book/b505858.html

# Ｎ４ 第1回 模擬試験
## Ｎ４ Practice Test 1
## Ｎ４ Bài thi thử lần 1

# 解答と解説
## Answers and Comments
## Đáp án và Giải thích

# 言語知識（文字・語彙）
Language Knowledge (Vocabulary)／Kiến thức Ngôn ngữ (Từ vựng)

## 問題1（漢字読み *Kanji* reading／Đọc Kanji）

### 1　答え　4

それを<u>売って</u>ください。Please <u>sell</u> that to me.／Hãy <u>bán</u> cho tôi cái đó.

辞 売る 【売】バイ・う-る／う-れる　例 発売（する）sell／bán ra　売店 kiosk／tiệm tạp hóa

1 持って　辞 持つ hold／cầm, có
2 待って　辞 待つ wait／chờ
3 取って　辞 取る take／lấy

### 2　答え　3

窓から<u>光</u>が入ってきます。<u>Light</u> comes in through the window.／<u>Ánh sáng</u> vào từ cửa sổ.

【光】コウ・ひか-る・ひかり　例 日光 sunlight／ánh sáng mặt trời

1 におい smell／mùi
2 雨 rain／mưa
4 風 wind／gió

### 3　答え　2

道を曲がる時は<u>注意して</u>ください。Be <u>careful</u> when making turns.／Khi rẽ (quẹo) trên đường thì hãy <u>chú ý</u>.

辞 注意する 【注】チュウ・そそ-ぐ　例 注文（する）order／gọi món, đặt

❗「ちゅ<u>う</u>い」：「う」がある

【意】イ　例 意見 opinion／ý kiến　意味 meaning／ý nghĩa　用意（する）preparation／chuẩn bị

### 4　答え　2

きのうは<u>暑かった</u>です。It was <u>hot</u> yesterday.／Hôm qua trời (đã) nóng.

辞 暑い ⇔ 寒い 【暑】ショ・あつ-い

1 温／暖かかった　辞 温／暖かい warm／ấm／ấm áp
3 遅かった　辞 遅い late／chậm, trễ ⇔ 早い・速い

### 4　寒かった　辞 寒い cold／lạnh

### 5　答え　1

私は肉の<u>料理</u>が好きです。I like meat <u>dishes</u>.／Tôi thích các <u>món</u> thịt.

料理（する）dishes; cooking／món ăn

【料】リョウ　例 材料 ingredients／vật liệu　料金 fee／giá tiền, chi phí

❗「りょう」：「ょ」は小さい。「う」がある。

【理】リ　例 理由 reason／lý do　理解（する）understanding／hiểu, lý giải

### 6　答え　2

<u>薬</u>を飲みました。I took my <u>medicine</u>.／Tôi đã uống thuốc.

【薬】ヤク・くすり　例 薬局 pharmacy／nhà thuốc　薬屋 drugstore／tiệm thuốc ※薬／スープ／水を飲む

1 水 water／nước
3 茶 tea／trà
4 酒 alcohol／rượu

### 7　答え　3

<u>去年</u>大学に入りました。I enrolled in college <u>last year</u>.／Năm ngoái, tôi đã vào đại học.

【去】キョ・コ・さ-る　例 過去 past／quá khứ

❗「きょねん」：「う」はない

【年】ネン・とし　例 来年 next year／năm sau　少年 youth／thiếu niên　毎年 every year／mỗi năm

### 8　答え　1

今<u>使って</u>います。I'm <u>using</u> it now.／Bây giờ tôi đang sử dụng.

辞 使う 【使】シ・つか-う　例 使用（する）use／sử dụng　人／道具 を使う use a person/tool／dùng người／dụng cụ

2 買って　辞 買う buy／mua

3 作／造って 辞 作／造る make／làm ra／tạo ra

4 切って 辞 切る cut／cắt

## 9 答え 4

この辺りは交通が便利です。Transportation is convenient in this area.／Quanh đây giao thông thuận tiện.

【交】コウ・まじ-わる／まじ-える・まじ-る／ま-ざる／ま-ぜる 例 交流会 mixer／tiệc giao lưu 交番 police box／bốt cảnh sát

【通】ツウ・とお-る／とお-す・かよ-う 例 一方通行 one way／giao thông một chiều 通勤（する）commuting／đi làm 日本語が通じる can communicate in Japanese／hiểu tiếng Nhật

❗「こうつう」：「う」がある

### 問題2（表記 Orthography／Chính tả）

## 10 答え 3

明るい部屋がいいです。I prefer bright rooms.／Căn phòng sáng sủa thì tốt.

【明】メイ・ミョウ・あか-るい・あき-らか・あ-ける 例 明日 tomorrow／ngày mai 説明（する）explanation／giải thích 夜明け dawn／bình minh, sáng sớm

1【赤】セキ・あか 例 赤い red／đỏ

2【暗】アン・くら-い 例 暗い dark／tối ⇔ 明るい

4【白】ハク・しろ 例 白い white／trắng

## 11 答え 1

プレゼントをきれいな紙で包みました。I wrapped the present in pretty paper.／Tôi đã gói quà bằng tờ giấy đẹp.

【紙】シ・かみ 例 手紙 letter／thư, lá thư コピー用紙 copier paper／giấy copy

2【級】キュウ

3【線】セン

4【絵】カイ・エ

※この4つの漢字は、左側が「糸」。All four of these kanji have 糸 on their left side.／Bên trái 4 chữ

Hán này là bộ thủ "糸 (mịch)".

## 12 答え 4

毎朝、新聞を読みます。I read the newspaper every morning.／Mỗi sáng, tôi đọc báo.

【新】シン・あたら-しい 例 新人 newcomer／người mới 新型 new model／kiểu mới

【聞】ブン・モン・き-く／き-こえる 例 話を聞く listen to what someone says／nghe chuyện

❗「新」と「親」／「聞」と「問」

1・2【親】シン・おや 例 両親 parents／cha mẹ

3【問】モン・と-う 例 問題 problem／vấn đề, câu hỏi

## 13 答え 2

新しい洋服を着ています。I'm wearing new clothes.／Tôi mặc quần áo mới.

【洋】ヨウ 例 洋食 Western cuisine／món Tây 太平洋 Pacific Ocean／Thái Bình Dương

【服】フク 例 和服 Japanese clothing／quần áo kiểu Nhật, kimono 制服 uniform／đồng phục

1・3【復】フク 例 復習（する）review／ôn tập

❗「洋」と「羊」

3・4【羊】ヨウ・ひつじ 例 羊毛 wool／lông cừu

## 14 答え 3

荷物を2階に運んでください。Please carry the things up to the second floor.／Hãy khiêng hành lý lên tầng 2.

辞 運ぶ 【運】ウン・はこ-ぶ 例 運動（する）exercise／vận động 運転（する）driving／lái xe

❗「運」「返」「通」「送」

1【返】ヘン・かえ-す

2【通】ツウ・とお-す／とお-る・かよ-う

4【送】ソウ・おく-る

## 15 答え 1

石田さんは有名な小説家です。Ishida-san is a famous novelist.／Ishida-san là một tiểu thuyết gia nổi tiếng.

【有】ユウ・ウ・あ-る 例 有料 paid／tốn phí

【名】メイ・ミョウ・な　例　名作 masterpiece／danh tác, tác phẩm nổi tiếng　人名 personal name／tên người　名前 name／tên

2・4【明】メイ・ミョウ・あか-るい・あ-ける　例　明日 tomorrow／ngày mai　説明（する） explanation／giải thích

3・4【友】ユウ・とも　例　友人 friend／bạn thân　友達 friend／bạn bè

❗「有」と「友」

問題3（文脈規定 Contextually-defined expressions／Quy định ngữ cảnh）

| 16 |　答え　3

留学をして、とてもいい（経験）をしました。Studying abroad was a very good experience for me.／Tôi đi du học và có được kinh nghiệm rất tốt.

1　貿易（する） trade／thương mại
2　関係（する） relationship／mối quan hệ
4　心配（する） worry／lo lắng

| 17 |　答え　1

私の（趣味）は、本を読むことです。My hobby is reading books.／Sở thích của tôi là đọc sách.

2　文化 culture／văn hóa
3　休み day off／nghỉ ngơi
4　形 shape／hình thức

| 18 |　答え　4

この品物は（きっと）売れると思います。I think this merchandise will definitely sell well.／Tôi nghĩ sản phẩm này chắc chắn bán chạy.

きっと　例　よく勉強しているから、きっと合格するでしょう。You study really hard, so I think you'll definitely pass.／Vì chăm học nên chắc chắn sẽ đậu thôi.

1　なるべく as much as possible／càng nhiều càng tốt
2　さっき just a moment ago／chắc chắn
3　決して（〜ない） never ~／tuyệt đối không ~

| 19 |　答え　2

リンさんは必ず帰ってくると（約束）しました。Rin-san promised to come back.／Rin-san đã hứa là chắc chắn sẽ về lại.

辞　約束する
1　予習する prepare (for a class)／học trước
3　教育する educate／giáo dục
4　用意する prepare／chuẩn bị

| 20 |　答え　1

簡単なことを間違えてしまいました。（恥ずかしい）です。I made a simple mistake. How embarrassing.／Tôi đã lỡ nhầm một việc đơn giản. Thật xấu hổ.

恥ずかしい　例　部屋が汚くて／テストの点が悪くて恥ずかしい。I'm embarrassed by how messy my room is/how low my test score was.／Phòng bẩn / điểm bài kiểm tra xấu nên mắc cỡ.

2　柔／軟らかい flexible; soft／mềm mại / mềm dẻo
3　固／硬／堅い firm; hard; stiff／cứng nhắc / cứng, rắn / cứng, chắc
4　汚い dirty／dơ, bẩn ⇔ きれいな

| 21 |　答え　3

朝の電車はとても（込んでいます）から、乗りたくありません。I don't want to ride the train in the morning because it's very crowded.／Tàu điện buổi sáng rất đông đúc nên tôi không muốn đi.

辞　込／混む become crowded／đông, đông đúc
1　飛んで　辞　飛ぶ fly／bay
2　続いて　辞　続く continue／tiếp tục
4　開／空いて　辞　開／空く open／mở / trống, vắng

| 22 |　答え　2

私が買った牛肉は、100（グラム）300円でした。The meat I bought was 300 yen for 100 grams.／Loại thịt bò mà tôi (đã) mua thì 300 yên 100 gờ-ram.

1　メートル meters／mét
3　センチ（メートル） centimeters／xen-ti-mét
4　ミリ（メートル） millimeters／mi-li-mét

| 23 |　答え　4

部屋を探していましたが、やっといい部屋が（見つかりました）。I had been searching for an apartment, and I've finally found a good one.／Tôi đã tìm phòng và cuối cùng tìm được căn phòng tốt.

辞（～が）見つかる　cf.（～を）見つける（他動詞）find (~; transitive verb)／tìm thấy, phát hiện

1 引っ越しました　辞引っ越す move (to a new home)／chuyển nhà

2 無亡くなりました　辞無くなる be used up; disappear／mất　亡くなる die／chết, ra đi

3 取り換えました　辞取り換える replace; swap／thay đổi, tha

## 24　答え　2

今日は体の（具合）が悪いので会社を休みます。I don't feel well today so I'm not going to work.／Hôm nay, tình trạng cơ thể không tốt nên tôi nghỉ làm.

具合 condition／tình trạng, trạng thái

1 都合（がいい／悪い）(is/isn't) convenient／sự thuận tiện (tốt / xấu)　例土曜日は都合が悪いですから、日曜に行きます。Saturday isn't convenient for me, so I'll go on Sunday.／Thứ bảy thì không tiện nên chủ nhật tôi sẽ đi.

3 場合 case／trường hợp

4 景色 scenery／cảnh sắc, phong cảnh

## 25　答え　3

山田さんは今日は来ないそうです。田中さんに（伝えて）ください。Yamada-san said he's not coming today. Please tell Tanaka-san.／Nghe nói Yamada-san hôm nay không đến. Hãy nói lại với Tanaka-san.

辞伝える

1 連れて　辞連れる take (someone somewhere)／dẫn đi　例子供を病院へ連れて行く take one's child to the hospital／dẫn con đi bệnh viện

2 捕まえて　辞捕まえる catch／bắt được

4 付けて　辞付ける attach／gắn

## 問題4（言い換え類義 Paraphrases／Cụm từ thay thế）

## 26　答え　2

私は林さんに相談しました。I asked Hayashi-san for advice.／Tôi đã trao đổi với Hayashi-san.

＝私は林さんに意見を聞きました。I asked Hayashi-san for his opinion.／Tôi đã hỏi ý kiến Hayashi-san.

1 私は林さんに注意をしました。I cautioned Hayashi-san.／Tôi đã nhắc nhở Hayashi-san.

3 私は林さんに説明をしました。I explained it to Hayashi-san.／Tôi đã giải thích với Hayashi-san.

4 私は林さんに意味を聞きました。I asked Hayashi-san for the meaning.／Tôi đã hỏi Hayashi-san ý nghĩa.

## 27　答え　3

私は日本の会社に勤めています。I work for a Japanese company.／Tôi làm việc ở công ty của Nhật.

＝私は日本の会社で働いています。I work at a Japanese company.／Tôi làm việc tại công ty của Nhật.

1 私は日本の会社が好きです。I like Japanese companies.／Tôi thích công ty của Nhật.

2 私は日本の会社に入りたいです。I want to join a Japanese company.／Tôi muốn vào công ty của Nhật.

4 私は日本の会社を知っています。I know a Japanese company.／Tôi biết công ty của Nhật.

## 28　答え　4

明日そちらに伺います。I'll visit you/go to your office tomorrow.／Ngày mai, tôi sẽ đi đến đó.

＝明日そちらに行きます。I'll visit you/go to your office tomorrow.／Ngày mai, tôi sẽ đi đến đó.

伺う：目上の人の所に行く 伺う refers to going to the place of a superior.／đi đến: đi đến chỗ của người có vai vế trên mình

1 明日そちらに戻ります。I'll return there tomorrow.／Ngày mai, tôi sẽ quay lại đó.

2 明日そちらに連絡します。I'll contact you tomorrow.／Ngày mai, tôi sẽ liên lạc với đằng đó.

3 明日そちらに電話します。I'll call you tomorrow.／Ngày mai, tôi sẽ điện thoại đến đó.

## 29 答え 1

それを聞いて、とても喜んでいます。I'm very happy to hear that.／Nghe vậy tôi rất phấn khởi.

＝それを聞いて、とてもうれしいです。I'm very glad to hear that.／Nghe vậy tôi rất vui.

2 それを聞いて、とても悲しいです。I'm very sad to hear that.／Nghe vậy tôi rất buồn.

3 それを聞いて、とても怒っています。I'm very angry to hear that.／Nghe vậy tôi rất tức giận.

4 それを聞いて、とても驚いています。I'm very suprised to hear that.／Nghe vậy tôi rất ngạc nhiên.

## 30 答え 4

このコピー機は故障しています。This copier is out of order.／Máy phô-tô này đang bị hư.

＝このコピー機は壊れています。This copier is broken.／Máy phô-tô này bị hỏng.

1 このコピー機は使ってもいいです。You can use this copier.／Máy phô-tô này sử dụng cũng được.

2 このコピー機は今使っています。I'm using this copier now.／Máy phô-tô này bây giờ tôi đang sử dụng.

3 このコピー機は今直しています。I'm fixing this copier now.／Máy phô tay này bây giờ tôi đang sửa.

---

### 問題5（用法 Usage／Áp dụng）

## 31 答え 2

今度一緒にどこかへ行きませんか。How about going somewhere together sometime soon?／Lần tới cùng đi đâu đó không?

1 ▶ 最近 recently／gần đây

3 ▶ 今日 today／hôm nay　さっき just a moment ago／lúc nãy

4 ▶ 今 now／bây giờ

## 32 答え 4

クラスで誰が一番いい点を取るか競争しました。
The students in my class competed to see who could get the highest score.／Trong lớp đã cạnh tranh xem ai đạt điểm cao nhất.

辞 競争する

1 ▶ 戦争して warring／chiến tranh

2 ▶ 焦りました／あわてました panicked／đã sốt ruột／đã vội vàng

3 ▶ 走りました ran／đã chạy

## 33 答え 1

来年の仕事の計画を立てましょう。Let's formulate the work plan for next year.／Hãy lập kế hoạch công việc của năm tới.

計画を立てる formulate a plan／lập kế hoạch

2 ▶ 勉強に疲れたのでもう寝ます。I'm going to bed already because I'm tired from studying.／Học mệt rồi nên tôi đi ngủ thôi.

3 ▶ 私はコーヒーが飲みたくなることはありません。I've never had the desire to drink coffee.／Tôi chưa từng có chuyện muốn uống cà phê.

4 ▶ 冬になるとよく風邪を引いて病院へ行きます。When winter comes around, I often catch colds and go to the doctor.／Vào mùa đông, tôi thường bị cảm phải đi bệnh viện.

## 34 答え 3

間違えたところは消しゴムで消してください。Please erase your mistakes with an eraser.／Hãy xóa chỗ sai bằng cục tẩy.

辞 消す

1 ▶ 掃除機でごみを吸い取ってきれいにしました。I cleaned (the place) by vacuuming up the dirt.／Tôi đã lấy rác bằng máy hút bụi để làm sạch.

2 ▶ 明日までの宿題は早くしてしまいましょう。Let's finish early the homework for tomorrow.／Cho đến mai hãy mau làm cho xong bài tập về nhà.

4 ▶ シャツの汚いところをきれいにしました。

I cleaned away the splotches on the shirt.／Tôi đã làm sạch chỗ bẩn trên chiếc áo.

## 35 答え　2

明日来られない人は、必ず連絡してください。

Please be sure to contact me if you can't come tomorrow.／Người nào ngày mai không đến được thì dứt khoát hãy liên lạc.

辞 連絡する

1 ▶ 家を出る時、母が傘を持って行きなさいと言いました。As I was leaving home, my mother told me to take an umbrella with me.／Khi rời khỏi nhà, mẹ tôi đã nói hãy đem theo dù.

3 ▶ テストの時に隣の友達と話してはいけません。You must not talk with your friends next to you during tests.／Khi làm bài kiểm tra, không được nói chuyện với bạn bên cạnh.

4 ▶ クラスのみんなの前で、自分の意見を発表しました。I presented my opinion in front of the entire class.／Tôi đã phát biểu ý kiến của mình trước mặt mọi người trong lớp.

# 言語知識(文法)・読解
Language Knowledge (Grammar) · Reading／Kiến thức Ngôn ngữ (Ngữ pháp) - Đọc hiểu

## 問題1(文の文法1(文法形式の判断)
Sentential grammar 1 (Selecting grammar form)
Ngữ pháp của câu (Chọn hình thức ngữ pháp))

**1 答え 2**

私の家から学校まで、歩いて5分(しか)かかりません。 It takes just 5 minutes to walk to school from home.／Từ nhà tôi đến trường, đi bộ chỉ mất 5 phút.

～しか…ない：少ない、十分ではないことを表す。 Expresses that something is limited in number or insufficient.／Diễn tả sự ít ỏi, không đầy đủ. 例 パンが一つしかないから、友達と半分ずつ食べます。 I have just one piece of bread, so my friend and I will eat one half each.／Vì chỉ có 1 cái bánh mì nên tôi sẽ ăn với bạn tôi mỗi người nửa cái.

1 ～だけ at least is/have ～／chỉ ～：少ないが、あることを表す。 Expresses that something may be limited, but is at least available.／Diễn tả tuy ít ỏi nhưng là có 例 何もないと思っていたけれど、パンが一つだけあります。 I had thought there wasn't anything (to eat), but we do at least have one piece of bread.／Cứ tưởng không có gì cả nhưng chỉ có 1 cái bánh mì.

**2 答え 3**

友達(と)会って、一緒に食事をしました。 I met together with a friend and we had something to eat.／Tôi đã gặp gỡ với bạn bè và cùng nhau dùng bữa.

(人)と/に会う meet (someone); get together with (someone)／gặp (người) / gặp gỡ với (người)

**3 答え 4**

駅に着いたら電話をください。駅(まで)迎えに行きますから。 Call me when you get to the station. I'll go to the station to pick you up.／Nếu đến nhà ga rồi gọi điện cho tôi nhé. Tôi sẽ đi đến nhà ga để đón bạn.

～まで行く／来る／帰る go/come/return to ～／đi / đến / về đến ～ 例 友達が空港まで見送りに来てくれました。 A friend came to the airport to see me off.／Người bạn đã đến sân bay tiễn tôi.

**4 答え 1**

疲れましたね。コーヒー(でも)飲みに行きませんか。 I imagine you're tired like me. How about going to get a cup of coffee?／Mệt rồi nhỉ. Đi uống cà phê không?

～でも…ませんか／ましょう how about/let's ... ～ (or something else)／không ...～ sao? / …. ～ nào：誘う時によく使う表現。 Expression often used to make an invitation.／Cách diễn đạt thường dùng khi mời mọc, rủ rê. 例 ラーメンでも食べましょう。 Let's go eat some ramen.／Hay mình ăn mì ramen đi. 映画でも見に行きませんか。 How about going to see a movie?／Không đi xem phim sao? 時間があるから散歩でもしましょう。 We still have some time, so let's take a walk.／Vì có thời gian nên mình đi dạo nào.

**5 答え 4**

日本でびっくりしたこと(について)スピーチをしました。 I gave a talk about things in Japan that surprised me.／Tôi đã thuyết trình về những điều bất ngờ tại Nhật.

～について 例 ～について 話す／話し合う／研究する／説明する／相談する talk/discuss/research/explain/consult about ～／nói chuyện / nói chuyện với nhau / nghiên cứu / giải thích / trao đổi về ～

**6 答え 2**

きれいな所(なら)どこでもいいです。 Anywhere is fine if it's a beautiful place／Nếu là chỗ đẹp thì đâu cũng được.

～なら…いい／できる／大丈夫 ... is fine/possible/okay if ～／nếu là ～ thì ...tốt / được / ổn ※「～だった

ら」も使える。This can also be expressed with ～だったら／Có thể sử dụng "だったら～". 　例　やさしい日本語なら、わかります。I can understand Japanese if it's at a simple level.／Nếu là tiếng Nhật đơn giản (dễ) thì tôi hiểu.　あなたなら、できます。You can do it.／Nếu là bạn, sẽ làm được.

## 7　答え　1

(どうすれば)漢字が覚えられますか。教えてください。What can I do to learn kanji? Please tell me.／Làm thế nào để có thể nhớ được chữ Hán? Hãy chỉ cho tôi.

どうすれば　例　この機械は、どうすれば動きますか。How do you run this machine?／Cái máy này, làm thế nào để hoạt động?

## 8　答え　3

日本語は(だんだん)難しくなりました。Japanese has gotten more and more difficult for me.／Tiếng Nhật dần dần trở nên khó.

だんだん(～く／に／ように なる)：変化する様子(速さ)を表す。Expresses the speed of some change.／Diễn tả tốc độ của sự thay đổi.　cf. 少しずつ little by little／từng chút một　どんどん rapidly／ào ào, dùng dùng　例　病気がよくなって、だんだん元気になっています。I've been feeling better and better now that I've gotten over my illness.／Bệnh tình khá hơn, tôi dần dần khỏe lên　日本語がだんだん読めるようになりました。I've increasingly become able to read Japanese.／Tôi dần dần có thể đọc được tiếng Nhật.

4　あまり～ない not ～ much／hầu như không ～　例　甘いものは、あまり食べません。I don't eat sweet things that much.／Tôi hầu như không ăn đồ ngọt.

## 9　答え　4

(やっと)宿題が終わりました。3時間もかかりました。I finally finished my homework. It took me three hours.／Cuối cùng thì cũng xong bài tập. Tôi mất những 3 tiếng đồng hồ.

やっと：願っていたことが長い時間のあと実現し

た時に使う。Used to express that one finally achieved a certain goal after considerable time passed.／Sử dụng khi đã thực hiện được điều mong muốn sau một thời gian dài.　例　20年かかって、やっと建物が完成した。It took 20 years, but the building finally got completed.／Mất 20 năm cuối cùng thì tòa nhà đã hoàn thành.

## 10　答え　1

毎日ラーメン(ばかり)食べているの？　野菜も食べたほうがいいよ。You eat just ramen every day? You should also eat some veggies, too, you know.／Ngày nào cũng chỉ ăn toàn mì ramen thôi sao? Nên ăn cả rau nữa đấy.

～ばかり…ている：～を…することがとても多い(それはよくないと言いたい時に使う)。do ～ too often (Used to express some behavior is undesirable.)／Việc .... ～ rất nhiều (Sử dụng khi muốn nói điều đó không tốt). 例　息子はテレビばかり見ています。All my son does is watch TV.／Con trai tôi chỉ toàn xem tivi.

## 11　答え　2

妹は私が勉強を(している)間、ずっと寝ていました。My little sister slept the whole time while I was studying.／Em gái tôi ngủ suốt trong lúc tôi đang học bài.

～ている間：「～」は、時間の幅がある動詞(「勉強する」「食べる」「寝る」など)　～ is filled with a verb indicating an action that takes place for some time.／Trong "～" là động từ có khoảng thời gian.

## 12　答え　3

(降らない)うちに帰りましょう。Let's go home before it starts raining.／Hãy về trong lúc (trời) chưa mưa.

～ないうちに　例　アイスクリームがとけないうちに食べます。We'll eat the ice cream before it starts melting.／Ăn trong lúc kem chưa chảy.

**13 答え 2**

昨日、具合が（悪そうでした）から。Because he didn't <u>look</u> well yesterday.／Vì hôm qua trông bạn ấy có vẻ không khỏe.

～そうだ：見て判断する時に使う。Expresses an inference based on appearance.／Sử dụng khi nhìn và phán đoán. 例 あの先生は厳しそうだと思いましたが、本当は優しいです。At first that teacher looked like he would be really tough but it turned out he's gentle.／Tôi đã nghĩ giáo viên đó có vẻ nghiêm khắc nhưng thật ra rất hiền.

**14 答え 1**

このレポートは明日までに（書かなければいけません）か。Do I <u>have to</u> write this report by tomorrow?／Phải viết bài báo cáo này cho đến ngày mai ạ?

～なければいけない 例 アメリカへ行く時は、ビザを取らなければいけません。You have to get a visa before you go to the US.／Khi đi Mỹ, phải xin thị thực. ※「～なければならない」「～なくてはならない」「～なくてはいけない」も同じ意味で使う。Other expressions with the same meaning include ～なければならない, ～なくてはならない, and ～なくてはいけない／"～なければならない", "～なくてはならない", "～なくてはいけない" cũng được sử dụng với cùng ý nghĩa.

**15 答え 3**

9日と10日、（休ませてもらえません）か。Would you <u>let me</u> take off the 9th and 10th?／Có thể cho tôi nghỉ ngày 9 và ngày 10 được không ạ?

～（さ）せてもらえませんか／いただけませんか 例 コピー機を使わせてもらえませんか。May I use the copier?／Có thể cho tôi sử dụng cái máy phô-tô này không?

問題2（文の文法2（文の組み立て）
Sentential grammar 2 (Sentence composition)
Ngữ pháp của câu (Ghép câu))

🔄 文の組み立て方 Sentence construction
Cách ghép câu

**16 答え 2**

私が 生まれた 家が あった 所に 大きなマンションが 建っています。

A huge condominium now stands where my childhood home used to be.／Ở chỗ có ngôi nhà tôi chào đời có một tòa chung cư lớn được xây dựng.

**17 答え 1**

道を間違えて自分 が どこに いる か わからなくなってしまいました。

I took the wrong way and ended up not knowing where I was.／Tôi nhầm đường, không còn biết mình đang ở đâu.

🔄 [自分がどこにいるか] わからなくなってしまいました

※「か」が必要であることに注意。Note that か is necessary.／Lưu ý việc phải cần có "か".

**18 答え 1**

駅前に新しく できた 店のケーキは 昔母がよく 作ってくれた ケーキと味が 似ています。

The cakes made by the new shop that opened in front of the station taste like the ones my mother used to often make years ago.／Bánh kem của cửa tiệm mới mở trước nhà ga giống vị bánh kem mà ngày xưa mẹ thường làm cho tôi.

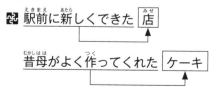

**19 答え 3**

ええ、今日はとても 忙しくて 食事をする 時間も

なかった んです。

Yeah, I was so busy today that I didn't even have time to eat.／Vâng, hôm nay bận quá nên tôi đã không có cả thời gian để ăn.

🈁 食事をする → 時間

### 20　答え　2

天気が悪い日が 続くのは 嫌ですけど 雨が 降らない のも困ります。

I don't like it when we have a long stretch of bad weather, but not getting any rain isn't good, either.／Tuy không thích những ngày thời tiết xấu kéo dài nhưng trời không mưa thì cũng gay go.

🈁 [天気が悪い日が続く] のは嫌ですけど [雨が降らない] のも困ります。

※「～のは嫌です」「～のも困ります」の形を作る。

You need to construct the sentence with the patterns ～のは嫌です and ～のも困ります。／Tạo hình thức "～のは嫌です", "～のも困ります".

## 問題3（文章の文法 Text grammar／Ngữ pháp của đoạn văn）

### 21　答え　3

### 22　答え　2

（…に）～を乗せる：他動詞 carry ~ (on a vehicle): transitive verb／chở ~ (trên...): tha động từ

人が（…に）乗る：自動詞 (someone) rides (a vehicle): intransitive verb／người đi (trên ...): tự động từ

### 23　答え　4

### 24　答え　1

「外を」に続くものは「散歩する」

散歩する is the only choice that can follow 外を.／Tiếp theo "外を" là "散歩する"

### 25　答え　2

---

### 問題3の本文

　日本に来る前に、私は日本は子供の数が少ないと聞いていました。でも、私が住んでいる所は小さい子供がとても多いです。ベビーカーを押しているお母さん、自転車に子供を乗せているお母さんたちがたくさんいます。外を歩いている時に、小さい子供を見ないことはありません。若い人がたくさん住んでいる所だからでしょう。

　私の家の近くに保育園があります。朝はお母さんかお父さんが子供を連れて来ます。昼間はよく子供たちが先生たちと外を散歩しているのを見ます。夕方はお母さんやお父さんが子供を迎えに来ます。子供たちはとてもうれしそうです。

Before coming to Japan, I had heard that Japan had few children. However, there are very many young children in the area where I live. There are many mothers pushing strollers or carrying children on bicycles. There aren't any times that I don't see little children when I'm out walking. I guess it's because there are many young people living in the area.

There's a nursery near my home. In the morning, mothers and fathers take their children there. During the day, I often see them taking walks outside with their teachers. In the evening, the mothers and fathers come to pick up their children. The children look so happy then.

Trước khi đến Nhật, tôi đã nghe nói số trẻ em của Nhật ít. Nhưng, nơi tôi đang sống thì trẻ nhỏ rất đông. Có nhiều bà mẹ đẩy xe em bé, bà mẹ chở con trên xe đạp. Khi đi bộ bên ngoài, tôi chưa bao giờ không thấy trẻ nhỏ. Có lẽ vì đây là nơi có nhiều người trẻ sinh sống.

Gần nhà tôi có một nhà trẻ. Buổi sáng, các bà mẹ hoặc ông bố dẫn con đến. Buổi trưa, tôi thường thấy bọn trẻ cùng các giáo viên đi dạo bên ngoài. Buổi chiều, các bà mẹ và ông bố đến đón con. Bọn trẻ trông rất vui sướng.

子供たちの様子を見て言っているので「うれしそう」を選ぶ。

うれしそう is the correct choice because the writer is describing how the children appear./Chọn "うれしそう" vì nhìn và nói về tình trạng của bọn trẻ.

## 問題4（内容理解（短文）)
**Comprehension (Short passages)**
Hiểu nội dung (đoạn văn ngắn))

🔲 答えに関係する文 Sentences associated with the answer
Câu có liên quan với câu trả lời

📖 理解のポイント Comprehension strategies
Điểm quan trọng để hiểu

### 26 答え 2

🔲「10月20日までにできた学生は学生課に出してください。」

"If you finish (the report) by October 20, turn it in to the Student Affairs Section."/ "Cho đến ngày 20 tháng 10, sinh viên nào đã làm xong (báo cáo) thì hãy nộp cho phòng giáo vụ."

### 27 答え 3

🔲「そこには昔と変わらない美しい山々が並んでいました。私が大好きな景色はそのままでした。」ここから「よかった」という気持ちを読みとる。

The part "The beautiful mountains stretched across the horizon, just as in the old days. The sight I adored hadn't changed." allows us to determine that the writer was pleased by the same old sight of the mountains./Ở đó, những dãy núi tuyệt đẹp không khác gì ngày xưa vẫn đứng đó. Cảnh sắc mà tôi yêu thích vẫn nguyên vẹn." Đọc được cảm giác "よかった (tốt quá)" từ phần này.

### 28 答え 4

🔲「何日の何時に行きたいか、それから、全部で何人か、知らせてください。」

"Let me know the date and time you want to go, and how many people will go."/"Hãy cho tôi biết anh muốn đi vào lúc mấy giờ, ngày mấy, với lại tổng cộng mấy người."

何日の何時に行きたいか＝行きたい日と時間

全部で何人か＝人数

📖「知らせてください」の前が知らせてほしいこと。

The information that the writer wants is the part immediately preceding 知らせてください/Trước "知らせてください" là những việc muốn được cho biết.

### 29 答え 3

🔲「夫と一緒に（映画を）見に行きたい」「次は、映画に誘うつもりです」と言っている。

The writer says, "I want to go see (a movie) with my husband" and "I'm going to invite him next time."/Nói rằng "muốn đi xem (phim) với chồng", "lần tới định rủ đi xem phim".

## 問題5（内容理解（中文)
**Comprehension (Mid-size passages)**
Hiểu nội dung (đoạn văn vừa))

### 30 答え 2

🔲「漢字の教科書に出ていた読み方と違うことがありますから。」と言っている。

The writer says, "That's because they sometimes have readings different from those given in my kanji textbook."/Nói rằng "Vì có khi khác với cách đọc xuất hiện trong sách giáo khoa chữ Hán."

### 31 答え 4

🔲「『近』は『ちかい』と『キン』と読みます。」

"近 is read as ちかい or キン."/"近" được đọc là "ちかい" và "キン"

📖 この人は、教科書で「近」は「ちかい」と「キン」と読むと覚えたから、「きんとうさんですね。」と言った。

The writer had learned from a textbook that 近 is read as ちかい or キン, so he said, "きんとうさんですね。"/Vì người này nhớ trong sách giáo khoa, "近" được đọc là "ちかい" và "キン" nên đã nói là "きんとうさんですね".

### 32 答え 1

🔲「同じ漢字なのに読み方が違うこともありますから、びっくりしました。」

"I was surprised to learn that the same kanji can have

different readings."／"Vì cũng có khi cùng chữ Hán nhưng cách đọc khác nhau nên tôi đã rất ngạc nhiên."

📖 「から」の前が理由。The reason is stated in the part immediately preceding から。／Trước "từ" là lý do.

### 33　答え　3

📖 漢字の読み方について言っている文章なので、「正しく読める」を選ぶ。

Since the passage discusses the readings of kanji, we can tell that 正しく読める (able to read them correctly) is the logical choice.／Vì đây là đoạn văn nói về cách đọc chữ Hán nên chọn "正しく読める(Có thể đọc đúng)".

---

### 問題6（情報検索　Information retrieval　Tìm kiếm thông tin）

### 34　答え　4

リードさんは子供（8歳）と一緒に読める本を探しています。子供には日本や世界のいろいろな物語を知ってほしいと思っています。リードさんはどの本を借りるといいですか。

Reed-san is looking for a book he can read together with his 8-year-old child. He wants his child to learn all sorts of stories from Japan and other parts of the world. Which book should he borrow?／Anh Reed đang tìm sách có thể cùng đọc với con (8 tuổi). Anh muốn con mình biết nhiều truyện khác nhau của Nhật và thế giới. Anh Reed nên mượn sách nào?

### 35　答え　3

ポールさんは大川市に引っ越してきました。大川市のことをいろいろ知りたいと思っています。今日借りて、明日から10日間旅行をするので、持っていくつもりです。ポールさんはどの本を借りるといいでしょうか。

Paul-san has moved to Okawa. He wants to learn all sorts of things about Okawa. He plans to borrow a book today and take it with him on a 10-day trip that starts tomorrow. Which book should he borrow?／Anh Paul đã dọn đến thành phố Okawa. Anh muốn biết nhiều điều khác nhau về thành phố Okawa. Anh định hôm nay mượn rồi từ ngày mai sẽ đi du lịch 10 ngày nên sẽ đem theo. Anh Paul nên mượn sách nào?

一度に2冊まで、2週間借りられます。（＊は1週間）

| 本の名前 | 本の説明 |
|---|---|
| ① 「大川市散歩」<br>川村太郎 他　著<br>田中一郎　写真 | 写真を見ながら大川市のいろいろな所を歩いてみましょう。いい所がたくさんあります。それを紹介します。 |
| ② ＊「これ、なあに？」<br>山本けい子　著 | 親子で楽しめる絵本です。子どもの質問に答えましょう。2～3歳向け |
| ③ 子ども絵本シリーズ3<br>「クンちゃんのぼうけん」<br>高田ゆみ子　著 | クンちゃんと一緒にぼうけんの旅に出ましょう。夢がふくらむ一冊です。4～5歳向け |
| ④ 「大川　食べ歩き」<br>中村よう子　著 | 大川にはおいしいものがたくさんあります。おいしい店をたくさん紹介しています。 |
| ⑤ ＊「外国人観光客はどこへ？」<br>大川市役所　刊 | 大川市に来る外国人観光客が行きたいと思う所はどこか？　観光客が多い所を写真で紹介しています。 |
| ⑥ 「日本の昔話・世界の昔話」<br>山田一郎　著 | 絵がたくさん入っていて子どもにもよくわかるようにやさしく書かれています。親子で読むといいでしょう。 |

♪ 理解のポイント Comprehension strategies／Điểm quan trọng để hiểu
💡 ヒントになる言葉 Words that serve as clues／Từ trở thành gợi ý
♥ 役立つ言葉 Handy expressions／Những từ có ích

## 問題1（課題理解 Task-based comprehension／Hiểu vấn đề）

### 例 ♪ BPT_N4_1_04

---

病院の薬局で女の人が男の人に薬の説明をしています。男の人は今日の昼ご飯の後、どの薬を飲みますか。

F ：お薬が3種類あります。カプセルと白い丸い薬は一日3回、食事の後に飲んでください。それから、この袋に入った粉の薬は、朝と夜だけ、一日2回です。

M ：はい、じゃ、これから昼ご飯を食べますから、カプセルと白い丸い薬を飲めばいいですね。

F ：あ、でも今日は朝の薬を飲んでいませんから、昼ご飯の後は3種類全部飲んでください。

M ：はい、わかりました。

男の人は今日の昼ご飯の後、どの薬を飲みますか。

---

答え　4

### 1番 ♪ BPT_N4_1_05

---

家で男の人と女の人が話しています。男の人は何を買いますか。

M ：ちょっと駅前のスーパーまで行ってくるけど、何か買ってくるもの、ある？

F ：あ、じゃ、パンをお願い。あとは……牛乳は昨日買ったからいらないし……。

M ：パンは一袋でいいね？

F ：うん。あ、それから果物も。リンゴはあるから、バナナをお願い。

M ：わかった。それだけでいいね？

F ：うん。よろしく。

男の人は何を買いますか。

---

答え　2

💡 パンをお願い。Could you get some bread?／Nhờ anh mua giùm bánh mì.

💡 牛乳は昨日買ったからいらないし…。We don't need milk because I bought some yesterday.／Sữa tươi thì hôm qua mua rồi nên không cần ...

💡 リンゴはあるから（いらない）、バナナをお願い。We have apples (so there's no need to buy any), but buy some bananas.／Táo thì có rồi (nên không cần), mua chuối giùm.

♪絵を見ながら「お願い」と言うものに○、「いらない」と言うものに×をつけよう。As you look at the illustrations, circle the items mentioned as お願い and cross out those mentioned as いらない.／Vừa nhìn hình vừa khoanh tròn ○ vào những món được nói "お願い", đánh dấu X vào những món được nói "いらない".

👤～をお願い＝～をお願いします　※ここでは「～を買ってきてください」の意味。Here, this means "please buy ~."／Ở đây có nghĩa là "hãy mua ~ về".

## 2番　♫ BPT_N4_1_06

会社で女の人と男の人が新入社員の歓迎会のことを話しています。歓迎会はいつしますか。

F：新入社員の歓迎会の日にちなんですけど……。

M：そうだなあ。それなら金曜日がいいんじゃない？

F：皆さんの都合のいい日を聞いてみたんです。そうしたら、金曜日はもう予定があるという人が多いんです。来週の水曜日、15日ですね。それから再来週の水曜日ならみんな大丈夫だそうです。

M：そうか。あ、来週は課長が出張でいないんだよ。

F：じゃ、再来週がいいですね。

M：そうだね。じゃ、みんなに知らせておいて。

歓迎会はいつしますか。

## 答え　3

来週の水曜日、15日ですね。それから再来週の水曜日ならみんな大丈夫だそうです。Next Wednesday is the 15th, right? And, everyone said they're free on Wednesday of the following week.／Thứ tư tuần sau là ngày 15 nhỉ. Với lại, nếu là thứ tư tuần sau nữa thì nghe nói mọi người đều tham gia được.

来週は課長が出張でいないんだよ。The section manager will be away on a business trip next week.／Tuần sau thì trưởng phòng đi công tác, không có mặt đâu.

再来週がいいですね。That means the week after next would be better.／Tuần sau nữa thì được nhỉ.

♪カレンダーを見て、印をつけながら聞こう。Look at the calendar and mark the dates as you listen.／Hãy nhìn lịch và vừa nghe vừa đánh dấu.

💟～がいいんじゃない？ Isn't ~ better?／~ không tốt sao?：（私は）いいと思うけれど、（あなたは）どうですか、という気持ちを表す。※「～じゃない？」＝～よね？（否定ではないことに注意）

## 3番　♫ BPT_N4_1_07

先生が来週の試験のことを話しています。試験の問題はどこから出ますか。

M：えー、来週の試験の問題がどこから出るかということですが…。先週、歴史は85ページまでと言いましたが、80ページまでにします。今学期は35ページから勉強しましたけど、その前にやったことも問題に出しますので最初からよく勉強しておいてください。

試験の問題はどこから出ますか。

## 答え　4

85ページまでと言いましたが、80ページまでにします。I said the test would cover up to p. 85, but I've decided to make it up to p. 80 instead.／Thầy có nói là đến trang 85 nhưng quyết định đến trang 80.

その前にやったことも問題に出しますので、最初からよく勉強しておいてください。I'm going to include some questions on what we studied before that, so be sure to carefully go over everything from the beginning.／Thầy cũng sẽ ra đề cả những bài đã học trước đó nên hãy học kỹ từ đầu nhé.

♪「〜と言いましたが／けど」に注意して聞こう。As you listen, pay close attention to what is said around 〜と言いましたが／けど.／Hãy lưu ý nghe chỗ nói "〜と言いましたが／けど".

💡〜にします I have decided 〜／quyết định 〜＝〜に決めました

　「最初からよく勉強しておいてください」：試験の問題は最初から出るということ This indicates that the test will cover everything from the beginning.／Đề thi sẽ được ra từ đầu

## 4番　♫ BPT_N4_1_08

道で男の人と女の人が話しています。男の人はどこに行きますか。

M：あの、すみません。この辺に郵便局はありませんか。

F：郵便局ですね。この道をまっすぐ行って、最初の信号を右に曲がってください。

M：信号を右ですね。

F：はい。それからしばらく行くと左側にコンビニがあります。その隣に郵便局があります。

M：あ、そうですか。どうもありがとうございました。

F：いいえ。

男の人はどこに行きますか。

## 答え　1

この道をまっすぐ行って、最初の信号を右に曲がってください。Go straight down this street and turn right at the first stoplight.／Hãy đi thẳng con đường này, rồi rẽ (quẹo) phải ở đèn giao thông đầu tiên.

しばらく行くと左側にコンビニがあります。After continuing that way a while, you'll see a convenience store on the left.／Đi một lúc thì có cửa hàng tiện lợi bên trái.

その隣に郵便局があります。The post office is next to it.／Bên cạnh đó có bưu điện.

♪地図に書きながら聞こう。Make notes on the map as you listen.／Hãy vừa nghe vừa viết vào bản đồ.

💙地図の説明に使う言葉を覚えよう。Try memorizing expressions for explaining routes on a map.／Hãy ghi nhớ từ sử dụng để giải thích bản đồ.　まっすぐ行く　右／左に曲がる　右側／左側に〜がある

## 5番　♫ BPT_N4_1_09

レストランで店の人と男の人が話しています。店の人は何を持ってきますか。

F：ご注文はお決まりですか。

M：ええ、このハンバーグとサラダのセットをください。

F：はい。ハンバーグにはご飯かパンが付きますが。

M：じゃ、ご飯をお願いします。

F：コーヒーか紅茶はいかがですか。

M：それは、結構です。

F：はい、かしこまりました。

店の人は何を持ってきますか。

## 答え　2

このハンバーグとサラダのセットをください。I'll have this Hamburg steak and salad set.／Hãy cho tôi sét hăm-bơ-gơ và xà lách này.

ご飯をお願いします。Rice, please.／Cho tôi cơm.

コーヒーか紅茶はいかがですか。How about coffee or tea?／Anh dùng cà phê hay hồng trà ạ?

それは、結構です。No, thank you.／Cái đó thì thôi.

♪絵を見ながら印をつけよう。Look at the illustrations and mark what is mentioned.／Hãy vừa nhìn hình vừa đánh dấu.

💡〜をお願いします：注文する時に使う。Used for ordering something.／Sử dụng khi gọi món.

　〜は結構です：「いらない」の丁寧な言い方 A polite expression for turning down a suggestion.／Cách nói lịch sự với nghĩa là không cần.

## 6番　♪ BPT_N4_1_10

電話で息子と母親が話しています。母親はこれから何をしますか。

M：もしもし、あ、お母さん、僕、宿題を忘れちゃったんだけど。

F：宿題？　どこに置いたの？

M：僕の机の上にあると思うんだ。

F：机の上ね。えー、ないけど…。

M：え、じゃ、ベッドのところだ。そう。間違いないよ。

F：あ、あった、これね。取りに戻ってくるなら、外で待っているけど？

M：いや、悪いけど、駅まで持ってきてくれない？

F：わかった。じゃあ、すぐ行く。

母親はこれから何をしますか。

## 答え　4

取りに戻ってくるなら、外で待っているけど（どうする）？ If you're going to come home to get it, do you want me to wait outside with it?／Nếu con quay lại lấy thì mẹ chờ ở ngoài nhưng (tính sao)?

悪いけど、駅まで持ってきてくれない？ I'm sorry, but could you bring it to the train station?／Phiền mẹ mang đến nhà ga giùm con được không?

わかった。じゃあ、すぐ行く。Sure. I'll take it there now.／Mẹ biết rồi. Vậy mẹ đi ngay.

♪「これから何をしますか」：これからすることは「駅まで持って行く」こと。The mother is going to take the homework to the station.／Việc người mẹ sẽ làm sắp tới là "mang đi đến nhà ga"

❤「悪いけど」＝すみません／申し訳ありませんけど：人に何かを頼む時に使う。Used when asking someone to do a favor.／Sử dụng khi nhờ người khác làm điều gì đó.

〜てくれない？ Could you ~?／~ giùm tôi được không?

## 7番 ♬ BPT_N4_1_11

会社で女の人と男の人が話しています。男の人はこれからすぐ何をしますか。

F：ジョンさん、申し訳ないけど、この書類、5枚ずつコピーして。それを会議室に持ってきてくれない？

M：あ、はい。でも今、アメリカに送る資料を作っているんですけど、これ、急ぐんですよね？

F：うん、でも、それよりまず、こちらをお願い。

M：はい。わかりました。急いでやります。

男の人はこれからすぐ何をしますか。

## 答え　2

この書類、5枚ずつコピーして。それを会議室に持って来てくれない？ Make five copies of each of these documents. Then, could you bring them to the conference room?／Phô-tô hồ sơ này mỗi loại 5 tờ. Rồi đem chúng đến phòng họp giùm tôi được không?

それ（アメリカに送る資料を作る）よりまず、こちら（コピー）をお願い。Please take care of this (making copies) before finishing that (preparing the documents that will be sent to the US).／So với việc đó (soạn tài liệu gửi đi Mỹ) thì làm giúp tôi chuyện này (phô-tô)

♪最初に男の人がやることが出てくる。これをきちんと聞こう。The task the man will do first is mentioned at the beginning. Listen for it carefully.／Việc người đàn ông sẽ làm xuất hiện đầu tiên. Hãy nghe kỹ việc này.

💡まずすることはコピー。次にすることは会議室に持っていくこと。The first thing he will do is make copies. Next, he will take the copies to the conference room.／Việc làm trước tiên là phô-tô. Việc làm tiếp theo là đem đi đến phòng họp.

「それよりまず、こちらをお願い」と言っていることに注意。Be sure not to miss the part それよりまず、こちらをお願い。／Lưu ý việc nói "それよりまず、こちらをお願い".

❤〜ずつ：それぞれ同じ量、数であることを表す。Expresses that the quantity stated applies to each of the items mentioned.／Diễn tả mỗi thứ có cùng lượng, số lượng. 例 りんごとみかんを2つずつ買いました。I bought apples and tangerines, two each.／Tôi đã mua táo và quýt mỗi thứ 2 trái.

## 8番 ♬ BPT_N4_1_12

男の人と女の留学生が話しています。女の留学生は何を着て行きますか。

M：サニーさんの結婚式に行くんでしょう？

F ：ええ、そうなんですけど、何を着て行けばいいでしょうか。いつものシャツとズボンじゃ
　　だめですよね。

M ：そうですね。女の人は着物の人もいるし、ワンピースの人もいますよ。

F ：ワンピースですか。就職活動のスーツならあるんですけど、ワンピースは持っていな
　　いんです。

M ：じゃ、着物はどうですか。うちにある着物、着てみませんか。

F ：え、いいんですか。

M ：いいですよ。じゃ、母に言っておきます。

F ：ありがとうございます。うれしいです。お母さんによろしくお伝えください。

女の留学生は何を着て行きますか。

## 答え　4

着物はどうですか。うちにある着物、着てみませんか。How about a kimono? Why don't you wear a kimono we have at home?／Kimono thì sao? Mặc thử kimono ở nhà tôi không?

いいんですか。You don't mind?／Được không?

うれしいです。I'm so happy.／Vui quá.

♪着ていくものが最後に出てくる。絵を見ながらダメなものに印をつけるとわかりやすい。The clothing the woman will wear is mentioned toward the end. It's easier to identify the answer if you mark the wrong items in the illustrations while you listen.／Đồ sẽ mặc đi xuất hiện cuối cùng. Vừa nhìn hình vừa đánh dấu vào những đồ không được thì sẽ dễ hiểu hơn.

~~シャツとズボン~~　~~ワンピース~~　スーツ??←持っているが着ていくとは言っていない。The woman mentions that she has a suit, but note that she doesn't say anything about wearing it.／Đồ vét thì có nhưng không nói sẽ mặc đi.

💀「着物はどうですか。うちにある着物、着てみませんか。」⇒「いいんですか。」「うれしいです。」：着ていくとは言っていないが、着ていこうと思っていることがわかる。While the woman does not specifically state that she will wear the kimono, the things she says make it clear that she wants to wear the kimono.／Không nói sẽ mặc đi nhưng biết là định sẽ mặc đi.

♥～によろしくお伝えください Give my regards to ~／Cho tôi gửi lời hỏi thăm đến ~

## 問題2（ポイント理解 Point comprehension／Hiểu điểm quan trọng）

## 例　♪ BPT_N4_1_14

日本語学校で男の留学生と女の留学生が話しています。女の留学生はどうしてこの学校を選びましたか。女の留学生です。

M ：リンさんはどうしてこの学校を選びましたか。

F ：国で、この学校を卒業した人たちから、とてもいい学校だと聞きましたから。

M ：そうですか。授業料は高くないですか。

F：少し高いですね。でもそれはあまり問題じゃありません。タンさんはどうしてこの学校を選びましたか。

M：僕は、いい先生が多いと聞きましたから。それから場所も便利です。

F：ああ、そうですか。

女の留学生はどうしてこの学校を選びましたか。

**答え　1**

## 1番 ♬ BPT_N4_1_15

男の学生が女の学生と電話で話しています。男の学生はどうして電話しましたか。

M：もしもし、リーですけど。ごめんなさい。実は、この間貸してもらった本を汚してしまったんだ。

F：え、どの本？

M：「おもしろい文化」という本。少しなんだけど。新しいのを買って返すよ。

F：あ、いいよ。少しなら大丈夫。気にしないで。

M：本当にごめんなさい。

F：それより、今日はうちに友達が来るんだけど、リーさんも来ない？

M：え、いいの？　ありがとう。

男の学生はどうして電話しましたか。

**答え　3**

この間貸してもらった本を汚してしまったんだ。I dirtied the book you lent me the other day.／Tôi đã lỡ làm bẩn quyển sách bạn cho mượn lúc trước.

♬電話をした理由は会話の最初でわかるので、きちんと聞こう。The reason for the phone call is mentioned at the beginning, so carefully listen for it.／Vì sẽ biết lý do gọi điện thoại ở đoạn đầu hội thoại nên hãy nghe kỹ.

💡〜んだ／んです：事情・状況、理由を説明する時に使う。Used when explaining circumstances or reasons.／Sử dụng khi giải thích sự việc, tình trạng, lý do.　例 電車が遅れたので、遅刻したんです。I was late because the train was delayed.／Vì tàu điện bị trễ nên tôi đi trễ.

❤実は actually／Thật ra

## 2番 ♬ BPT_N4_1_16

女の人と男の人が話しています。二人はどうしてカフェに入りますか。

F：あ、雨！　傘がない。困ったなあ。

M：あ、この傘に一緒に入って。

F：ありがとう。私が家を出る時は、いい天気だったのに。

M：天気予報で雨が降ると言っていたよ。でも、すぐやむとも言っていた。

F：そうなの?

M：やむまでどこかでお茶でも飲まない?　あ、あそこのカフェに入ろう。

F：そうだね。そうしよう。

二人はどうしてカフェに入りますか。

## 答え　2

傘がない。困ったなあ。I don't have an umbrella. That's too bad!／Không có dù. Kẹt ghê.

やむまでどこかでお茶でも飲まない?　あ、あそこのカフェに入ろう。Why don't we go somewhere to have a cup of tea or something until the rain stops? Oh, let's go inside that café over there.／Hay mình uống trà hay gì đó ở đâu đó đến lúc tạnh mưa đi? À, vào tiệm cà phê đẳng kia đi.

♪「女の人は傘を持っていない ⇒ やむまでお茶でも飲んで待つ」という流れを聞き取ろう。Pay attention to the turn of events: The woman doesn't have an umbrella ⇒ The two will drink something while waiting for the rain to stop.／Người phụ nữ không có dù. ⇒ Hãy nghe tiến trình đoạn hội thoại là sẽ uống trà hay gì đó chờ đến lúc tạnh mưa.

♡ 雨が降る it rains／trời mưa, mưa rơi ⇔ 雨がやむ the rain stops／tạnh mưa

## 3番 ♫ BPT_N4_1_17

スーパーで店員と女の人が話しています。女の人は何を買いに来ましたか。

M：いらっしゃいませ。

F：すみません。今日はティッシュが安いんじゃないんですか。

M：あ、ティッシュは昨日だったんです。

F：え、昨日だったんですか。終わってしまったんですね。じゃ、今日は?

M：今日はトイレットペーパーが安いですよ。あと、シャンプーとか洗濯用の洗剤が安くなっ
　　ています。

F：あー、それはまだうちにありますから…。

女の人は何を買いに来ましたか。

## 答え　1

今日はティッシュが安いんじゃないんですか。The tissue paper is on sale today, isn't it?／Chẳng phải hôm nay khăn giấy rẻ sao?

💡「今日はティッシュが安いんじゃないんですか」⇒ ティッシュを買いに来たことがわかる。This statement reveals that the woman came to the store to buy tissue paper.／Biết được là đến để mua khăn giấy.

　　～んじゃないんですか isn't it ~?／chẳng phải ~ sao?　例 あれ、リさん、国へ帰ったんじゃないんですか。

Oh? Lee-san, I thought you had gone to your country, but you didn't?／Ủa, chẳng phải Lee-san đã về nước rồi sao?

テレビで女の人が話しています。ここが他と違うのはどんなことですか。

F：今日は、今日オープンした高山ショッピングモールにやってきました。ここでは、買い物もできるし、おいしいものを食べることもできます。映画館もあります。あちこちに子供の遊び場がありますから、子供さんと一緒でもオーケーですね。そして、ここが他と違うのは、犬を連れて入ることができることです。お休みは１月１日だけです。ぜひ来てみてください。

ここが他と違うのはどんなことですか。

## 答え　4

ここが他と違うのは、犬を連れて入ることができることです。What makes this place different is that you can bring your dog here.／Điều mà ở đây khác với chỗ khác là có thể dắt chó vào.

♪ 他と違うのはどんなことかに注意して聞こう。Listen for the part describing how the shopping mall differs from others.／Hãy lưu ý nghe (ở đây) khác với chỗ khác điều gì?

会社で男の人と女の人が話しています。男の人はどうして大丈夫だと言っていますか。

M：あ、ない！　財布を忘れてしまいました。

F：じゃ、困るでしょう。お金を少し貸しましょうか。

M：ありがとうございます。でも、大丈夫です。銀行のカードがありますから、お金をおろします。スマホは持っていますけど、使えない店もありますから。

F：そうですね。カードは財布には入れていないんですか。

M：ええ。カードと財布は別々に持っています。一緒に忘れると困りますから。

F：ああ、そうですね。

男の人はどうして大丈夫だと言っていますか。

## 答え　3

財布を忘れてしまいました。I forgot my wallet.／Tôi đã lỡ quên ví rồi.

でも、大丈夫です。銀行のカードがありますから、お金をおろします。But it's okay. I brought my ATM card, so I'll just withdraw some money.／Nhưng không sao. Tôi có thẻ ngân hàng nên sẽ rút tiền.

♪ 質問の「どうして大丈夫だと言っていますか」に注意して聞こう。Pay close attention to what the question is asking: Why does the man say it's okay?／Hãy lưu ý nghe câu hỏi "Tại sao (người đàn ông) nói là không sao?"

💡「銀行のカードがありますから」が大丈夫な理由。The reason why there's no problem is indicated by 銀行のカードがありますから.／"銀行のカードがありますから" là lý do không sao

♡ お金をおろす

## 6番 ♬ BPT_N4_1_20

日本語学校で女の学生と男の学生が話しています。男の学生は昨日、どうして休みましたか。

F：昨日は休んだよね。どうしたの？　風邪？

M：いや、そうじゃなくて、実は国から両親が来たんだよ。それで、空港まで迎えに行ったんだ。

F：そうだったの。それで、今日はご両親は？

M：今日は二人で買い物をしていると思うよ。

F：案内しなくてもいいの？

M：うん。大丈夫だよ。学校は休まないほうがいいからね。

男の学生は昨日、どうして休みましたか。

**答え　2**

実は国から両親が来たんだよ。それで、空港まで迎えに行ったんだ。Actually, my parents have come from my country to visit me. So, I went to the airport to pick them up.／Thật ra cha mẹ tôi từ bên nước qua. Cho nên tôi đã đi đến sân bay để đón họ.

💡 ～んだ／んです：事情・状況、理由を説明する時に使う。Used when explaining circumstances or reasons.／Sử dụng khi giải thích sự việc, tình trạng, lý do.

## 7番 ♬ BPT_N4_1_21

留守番電話で男の人が話しています。二人は何時にどこで会いますか。

M：洋子さん、こんにちは。高山です。明日見に行く映画なんだけど、7時に始まるそうです。だから、駅で6時に待ち合わせをして、何か食べてから行きませんか。映画館の近くに食べるところはたくさんあるので、間に合うと思います。もし、都合が悪かったら、連絡してください。じゃ、明日。

二人は何時にどこで会いますか。

**答え　4**

駅で6時に待ち合わせをして meet at the train station at 6 o'clock／Hẹn gặp nhau vào lúc 6 giờ ở nhà ga.

💡 「駅で6時に待ち合わせ」と言っているので、6時に駅で会うことがわかる。駅で6時に待ち合わせ tells us that they will meet at the train station at 6 o'clock.／Vì nói là "駅で6時に待ち合わせ" nên biết được là sẽ gặp nhau vào lúc 6 giờ ở nhà ga.

💟 待ち合わせ meeting／hẹn gặp

### 問題3（発話表現 Utterance expressions／Diễn đạt bằng lời）

## 例 ♬ BPT_N4_1_24

先生に明日までに宿題を出しなさいと言われました。先生に何と言いますか。

M：1．はい、ありがとうございます。

2．はい、わかります。

3．はい、わかりました。

**答え　3**

## 1番 ♬ BPT_N4_1_25

友達が持っている本が読みたいです。何と言いますか。You want to read a friend's book. What do you say?／Bạn muốn đọc quyển sách mà người bạn đang cầm. Bạn sẽ nói gì?

F：1．その本、貸してもいい？Can I lend that book?／Cho mượn quyển sách đó cũng được chứ?

2．その本、貸してあげて？Could you lend that book (to someone)?／Cho mượn cho tôi quyển sách đó nhé?

3．その本、貸してもらえない？Would you lend me that book?／Cho tôi mượn quyển sách đó được không?

**答え　3**

💡 貸してもらえない？：「～もらわない？」ではなく、可能形を使うことに注意。Note that the potential form is used, not ～もらわない?／Lưu ý không phải là "～もらわない?" mà sử dụng thể khả năng.

♥「貸す」と「借りる」

私がAさんに～を貸してもらう (Lit.,) I have A-san lend me ~./Tôi được A-san cho mượn ~

＝私がAさんに～を借りる I borrow ~ from A-san./Tôi mượn ~ từ A

## 2番 ♬ BPT_N4_1_26

友達が気分が悪そうです。何と言いますか。A friend doesn't look well. What do you say?／Người bạn trông có vẻ không khỏe. Bạn sẽ nói gì?

M：1．ねえ、大丈夫？Hey, are you okay?／Nè, có sao không?

2．また飲みに行こう。Let's go out drinking again sometime.／Đi uống nữa nào.

3．あ、危ないよ。Oh, watch out!／A, nguy hiểm đấy.

**答え　1**

💡 気分の悪そうな人には「大丈夫ですか」と言う。People who don't look well are normally asked, 大丈夫ですか./Nói "大丈夫ですか" với người có vẻ không khỏe.

## 3番 ♫ BPT_N4_1_27

風邪で会社を休む人と電話で話しています。最後に何と言いますか。You're talking on the phone with someone who says he isn't coming into work because he has a cold. What do you say at the end of the call?／Nói chuyện điện thoại với người nghỉ làm do bị cảm. Cuối cùng, bạn sẽ nói gì?

F：1. お邪魔しました。I'm sorry for interrupting you.／Tôi đã làm phiền anh / chị.

　　2. どうぞ、お大事に。Please take care of yourself.／Anh / Chị chóng khỏe nhé.

　　3. お疲れ様です。Thanks for your hard work.／Anh/ Chị vất vả rồi.

## 答え　2

💡病気の人には「お大事に」を使う。「体を大事にして早く元気になってください」という気持ちを表す。お大事に is said to sick people to express the hope that they will take care of themselves and get well soon.／Sử dụng "お大事に" với người bệnh v.v. Diễn tả suy nghĩ "hãy trân quý cơ thể, mau khỏe lên".

## 4番 ♫ BPT_N4_1_28

レストランでお客さんに聞きます。何と言いますか。You need to take a customer's order at a restaurant. What do you say?／Hỏi khách ở nhà hàng. Bạn sẽ nói gì?

M：1. ご注文は何になさいますか。What would you like to order?／Anh / Chị gọi món gì ạ?

　　2. 何を食べましょうか。What shall we eat?／Anh / Chị ăn gì nào?

　　3. どうすればいいですか。What should I do?／Làm thế nào thì được ạ?

## 答え　1

💡レストランなどで注文を取る時は「何になさいますか」を使う。何になさいますか is said by restaurant waitstaff and shop clerks to ask customers for their orders.／Khi hỏi khách gọi món gì ở nhà hàng v.v. thì sử dụng "何になさいますか".

　　なさる：「する」の尊敬語 Honorific form of する／từ kính ngữ của "する"

## 5番 ♫ BPT_N4_1_29

電話で田中先生と話したいです。何と言いますか。You want to speak with your teacher, Mr. Tanaka, on the phone. What do you say?／Bạn muốn nói chuyện điện thoại với thầy / cô Tanaka. Bạn sẽ nói gì?

F：1. リンですが、田中先生、どこで話しますか。This is Linh. Where does Mr. Tanaka speak?／Em là Linh, thầy / cô Tanaka, nói chuyện ở đâu ạ?

　　2. リンですが、田中先生、いらっしゃいますか。This is Linh. May I speak to Mr. Tanaka there?／Em là Linh, có thầy / cô Takana không ạ?

　　3. リンですが、田中先生と話しませんか。This is Linh. Why don't you speak with Mr. Tanaka?／Em là Linh, nói chuyện với thầy / cô Tanaka không?

**答え　2**

💡 電話で〜さんと話したい時は「〜さん（は）いらっしゃいますか」を使う。〜さん（は）いらっしゃいますか is used in phone calls to ask for someone to be put on the line.／Khi muốn nói chuyện với ~ san bằng điện thoại, sử dụng "〜さん（は）いらっしゃいますか".

いらっしゃる：「いる」の尊敬語 Honorific form of いる／từ kính ngữ của "いる"　cf.「行く」「来る」の尊敬語でもある。It also functions as an honorific form for 行く and 来る.／Cũng là từ kính ngữ của "行く", "来る".

## 問題4（即時応答 Quick response／Trả lời nhanh）

### 例 ♫ BPT_N4_1_31

M：3時のバスは、もう出ましたか。
F：1. はい、バスは来ませんでした。
　　2. いえ、まだです。
　　3. 出てもいいですよ。

**答え　2**

### 1番 ♫ BPT_N4_1_32

M：もしよかったら、映画でも見に行きませんか。If you like, why don't we go see a movie?／Nếu được, đi xem phim nhé?
F：1. ええ、行きませんね。Yes, I won't go.／Vâng, không đi nhỉ.
　　2. ええ、行きましょう。Yes, let's go.／Vâng, đi nào.
　　3. ええ、最近行きましたよ。Yes, I went recently.／Vâng, dạo này đã đi rồi.

**答え　2**

💡 〜ませんか：誘う時に使う。Used to invite someone to do something.／Sử dụng khi mời mọc, rủ rê.

〜ましょう：誘われてOKする時や一緒に〜しようという時に使う。Used to accept an invitation or suggest doing something together.／Sử dụng khi nhận lời lúc được mời, khi nói cùng nhau làm ~.

### 2番 ♫ BPT_N4_1_33

F：文化祭で何をするか、もう決まった？ Have you decided what you'll do for the school festival?／Đã quyết định sẽ làm gì ở lễ hội văn hóa chưa?
M：1. ああ、そうなんだ。Oh, so that's what happened.／À, ra là vậy.
　　2. うん、決めてくれた？ Yeah, have you decided it for me?／Ừm, quyết giùm tôi rồi à?
　　3. いや、まだなんだ。No, not yet.／Chưa, vẫn chưa.

**答え　3**

💡 まだなんだ：この会話では、まだ決まっていないという意味で使っている。Here, this means that a decision hasn't been made yet.／Trong đoạn hội thoại này, được dùng với nghĩa vẫn chưa quyết định.

## 3番　🎵 BPT_N4_1_34

M：このパソコンを直してほしいんですけど、時間はどのぐらいかかりますか。I want to have this computer fixed. How long will it take?／Tôi muốn sửa cái máy vi tính này nhưng mất bao lâu vậy nhỉ?

F：1．これは、一週間ぐらいです。This will take about one week.／Cái này, khoảng 1 tuần.

　　2．これは、結構高いですよ。This is pretty expensive.／Cái này, khá là đắt đấy.

　　3．これは、ここで直せます。We can fix this here.／Cái này, có thể sửa ở đây.

## 答え　1

💡「時間はどのぐらいかかりますか」と聞いているので答えは時間を表す文。Since the question is 時間はどのぐらいかかりますか, the only logical choice here is the one indicating an amount of time.／Vì hỏi "時間はどのぐらいかかりますか" nên câu trả lời là câu văn diễn tả thời gian.

## 4番　🎵 BPT_N4_1_35

F：ジョンさん、風邪は治った？ Have you gotten over your cold, John-san?／Anh John, hết cảm chưa?

M：1．それじゃ、病院に行きます。In that case, I'll go to a hospital.／Vậy thì, tôi sẽ đi bệnh viện.

　　2．はい、おかげさまで。Yes, thank you.／Vâng, ơn trời.

　　3．それは心配ですね。That's something to worry about, huh?／Vậy thì đáng lo nhỉ.

## 答え　2

💡 風邪が治ったかどうか聞いている。治ったと答える時は「はい、おかげさまで」。The woman is asking the man whether he got over his cold. In such a situation, someone who feels better now would say はい、おかげさまで.／Hỏi đã hết bị cảm chưa. Khi trả lời đã hết rồi thì "はい、おかげさまで".

おかげさまで：話し相手に感謝の気持ちを表す。挨拶の言葉に使うことが多い。This expresses appreciation to the listener. It is often used in greetings.／Diễn tả cảm giác biết ơn đối với người nói. Thường dùng trong câu chào hỏi.　例「ご両親はお元気ですか。」「はい、おかげさまで。」"Are your parents doing well?" "Yes, they are. Thank you for asking."／"Bố mẹ anh/chị khỏe không?" – "Vâng, ơn trời." 「先生、おかげさまで合格しました。」"Thanks to you Mr. X, I passed the exam."／"Thầy ơi, nhờ ơn thầy mà em đã đậu rồi."

## 5番　🎵 BPT_N4_1_36

M：宿題の作文、なかなか書けないんです。I just can't seem to write the essay we were assigned./Tôi mãi không viết được bài tập viết văn.

F：1. ええ、書きませんでした。No, I didn't write it.／Vâng, đã không viết được.

2. うーん、難しいですよね。Yeah, it's hard, isn't it?／Ừm, khó nhỉ.

3. あ、書かなくてよかったですね。Oh, so we didn't need to write it, huh?／A, không viết nên tốt nhỉ.

## 答え　2

💡 なかなか～ない：願っていることが長い時間がたっても実現しないという時に使う。Used to express that some desired result still has not materialized even though much time has passed.／Sử dụng khi việc mong muốn vẫn không thực hiện được dù một thời gian dài đã trôi qua.

「なかなか書けない」＝ 時間をかけても書くことができない。つまり、難しいということを表す。This expresses that the speaker is unable to complete the essay despite spending considerable time on it. Hence, it indicates that the task is difficult.／Dù đã mất thời gian vẫn không thể viết. Nghĩa là diễn tả điều này khó.

## 6番　♫ BPT_N4_1_37

F：寝坊をして遅刻したこと、ある？ Have you ever been late for something because you overslept?／Bạn từng trễ giờ vì ngủ nướng chưa?

M：1. あるよ。1回だけ。I have. Just once.／Có đấy. Chỉ 1 lần.

2. あ、電車が遅れたんだね。Oh, so the train was running late?／À, vì tàu điện trễ nhỉ.

3. 今日は間に合ったよ。I made it on time today.／Hôm nay đã kịp giờ đấy.

## 答え　1

💡 ～たことがある：～という経験がある have ever ~; have ~ before (expressing a past experience)／có kinh nghiệm là ~

この質問は経験があるかどうか聞いているのでそれに合う答えを選ぶ。Since the question is about whether the man has had a certain experience, choose the answer that logically indicates such experience.／Vì câu hỏi này là hỏi có kinh nghiệm hay không nên chọn câu trả lời phù hợp với điều đó.

## 7番　♫ BPT_N4_1_38

M：どうぞお先に。After you.／Mời chị trước.

F：1. じゃ、私、後で行きます。In that case, I'll go later.／Vậy tôi sẽ đi sau.

2. お世話になります。I appreciate your assistance.／Phiền anh giúp đỡ.

3. あ、いいんですか。すみません。Oh, you don't mind? Thank you.／À, được sao? Tôi xin lỗi.

## 答え　3

💡 どうぞお先に：「私はあなたの後でいいですよ」という意味。This means, "After you."／Có nghĩa là "tôi sau bạn cũng được".

## 8番 ♬ BPT_N4_1_39

F：今日は忙しくなりそうですね。Today's going to be a busy day for us, huh?／Hôm nay sẽ bận rộn nhỉ.

M：1．お茶を飲みに行きましょう。Let's go out for a cup of tea.／Đi uống trà nào.

2．そうですね。頑張りましょう。That's right. Let's give it our best.／Đúng nhỉ. Cố gắng thôi.

3．じゃ、一緒に帰りましょう。Well, then, let's leave together.／Vậy, mình cùng về nào.

## 答え　2

🔊「今日は（これから）忙しくなります」⇒これからたくさん仕事をしなければならないので「（一緒に）頑張りましょう。」を選ぶ。Since the two have a lot of work to do, the only response that makes sense here is （一緒に）頑張りましょう。／Vì từ bây giờ phải làm nhiều công việc nên chọn "（一緒に）頑張りましょう."

# 採点表 Scoresheet／Bảng tính điểm　N4　第1回

## 得点区分別得点　Scores by scoring section／Tính điểm theo từng phần riêng

### 言語知識（文字・語彙） Language Knowledge (Vocabulary) Kiến thức Ngôn ngữ (Từ vựng)

| 大問 Question Câu hỏi lớn | 配点 Points Thang điểm | 正解数 Correct Số câu đúng | 得点 score Số điểm đạt được |
|---|---|---|---|
| 問題1 | 1点×9問 | | /9 |
| 問題2 | 1点×6問 | | /6 |
| 問題3 | 1点×10問 | | /10 |
| 問題4 | 1点×5問 | | /5 |
| 問題5 | 2点×5問 | | /10 |

### 言語知識（文法）・読解 Language Knowledge (Grammar)·Reading Kiến thức Ngôn ngữ (Ngữ pháp)·Đọc hiểu

| 大問 Question Câu hỏi lớn | 配点 Points Thang điểm | 正解数 Correct Số câu đúng | 得点 score Số điểm đạt được |
|---|---|---|---|
| 問題1 | 1点×15問 | | /15 |
| 問題2 | 2点×5問 | | /10 |
| 問題3 | 3点×5問 | | /15 |
| 問題4 | 3点×4問 | | /12 |
| 問題5 | 5点×4問 | | /20 |
| 問題6 | 4点×2問 | | /8 |

**言語知識（文字・語彙・文法）・読解 合計** /120

目標点：44点　　基準点：38点

### 聴解 Listening Nghe

| 大問 Question Câu hỏi lớn | 配点 Points Thang điểm | 正解数 Correct Số câu đúng | 得点 score Số điểm đạt được |
|---|---|---|---|
| 問題1 | 3点×8問 | | /24 |
| 問題2 | 3点×7問 | | /21 |
| 問題3 | 1.4点×5問 | | /7 |
| 問題4 | 1点×8問 | | /8 |

**聴解 合計** /60

目標点：22点　　基準点：19点

**総合得点 Total score Tổng số điểm đạt được**

第1回の目標点：90点　　合格点：90点

【公表されている基準点と合格点 The official sectional passing score and total passing score／Điểm chuẩn và điểm đậu được công bố】

※「基準点」は合格に必要な各科目の最低得点です。合計点が「合格点」の90点以上でも、各科目の点が一つでもこれを下回ると不合格になります。 基準点 (sectional passing score) is the minimum score required for passing a particular section. Examinees must achieve or exceed the sectional passing score for all sections to pass the JLPT. 基準点／"Điểm chuẩn" là điểm tối thiểu cần đạt được ở các môn để đậu. Dù tổng số điểm là "điểm đậu" 90 điểm trở lên đi nữa mà điểm các môn có một môn dưới điểm chuẩn này thì không đậu.

※「配点」は公表されていません。この模擬試験独自の設定です。 The number of points awarded for each question is not officially announced. 配点／"Điểm" cho từng câu hỏi thì không được công bố. Đây là thiết lập riêng của bài thi thử này.

※「目標点」は、本試験に絶対合格するためにこの模擬試験で「何点取る必要があるか」を示したものです。通常は、本試験は模擬試験よりも低い点数になるので、公表されている基準点と合格点よりも高めに設定しています。また、総合得点の目標点は、回を重ねるごとに高くなっています。 目標点 (target scores) are the scores you need to get in this practice test to put yourself in position to pass the JLPT. The target total score progressively rises for the three practice tests in this book.／"Điểm mục tiêu" là điểm thể hiện cần bao nhiêu điểm trong bài thi thử để chắc chắn đậu kỳ thi thật. Thông thường, bài thi thật sẽ có điểm thấp hơn bài thi thử nên điểm mục tiêu này được đặt cao hơn một chút so với điểm chuẩn và điểm đậu được công bố. Ngoài ra, điểm mục tiêu trong tổng số điểm đạt được sẽ dần cao lên ở mỗi lần làm bài thi thử.

# かいとうようし

# N4 げんごちしき（もじ・ごい）

じゅけんばんごう
Examinee Registration
Number

なまえ
Name

## もんだい1

| | 1 | 2 | 3 | 4 |
|---|---|---|---|---|
| 1 | ① | ② | ③ | ● |
| 2 | ① | ② | ③ | ● |
| 3 | ① | ● | ③ | ④ |
| 4 | ● | ② | ③ | ④ |
| 5 | ① | ● | ③ | ④ |
| 6 | ● | ② | ③ | ④ |
| 7 | ① | ● | ③ | ④ |
| 8 | ● | ② | ③ | ④ |
| 9 | ① | ② | ● | ④ |

## もんだい2

| | 1 | 2 | 3 | 4 |
|---|---|---|---|---|
| 10 | ① | ② | ● | ④ |
| 11 | ① | ● | ③ | ④ |
| 12 | ● | ② | ③ | ④ |
| 13 | ① | ② | ③ | ● |
| 14 | ① | ● | ③ | ④ |
| 15 | ● | ② | ③ | ④ |

## もんだい3

| | 1 | 2 | 3 | 4 |
|---|---|---|---|---|
| 16 | ① | ② | ● | ④ |
| 17 | ● | ② | ③ | ④ |
| 18 | ① | ● | ③ | ④ |
| 19 | ① | ② | ● | ④ |
| 20 | ① | ② | ● | ④ |
| 21 | ● | ② | ③ | ④ |
| 22 | ① | ● | ③ | ④ |
| 23 | ① | ② | ③ | ● |
| 24 | ① | ② | ● | ④ |
| 25 | ① | ● | ③ | ④ |

## もんだい4

| | 1 | 2 | 3 | 4 |
|---|---|---|---|---|
| 26 | ① | ② | ③ | ● |
| 27 | ① | ● | ③ | ④ |
| 28 | ① | ② | ③ | ● |
| 29 | ① | ● | ③ | ④ |
| 30 | ① | ② | ③ | ● |

## もんだい5

| | 1 | 2 | 3 | 4 |
|---|---|---|---|---|
| 31 | ① | ● | ③ | ④ |
| 32 | ● | ② | ③ | ④ |
| 33 | ① | ● | ③ | ④ |
| 34 | ① | ② | ● | ④ |
| 35 | ● | ② | ③ | ④ |

かいとうようし

# N4 げんごちしき（ぶんぽう）・どっかい

じゅけんばんごう
Examinee Registration
Number

なまえ
Name

〈ちゅうい Notes〉
1. くろいえんぴつ（HB、No.2）でかいてください。
Use a black medium soft (HB or No.2) pencil.
（ペンやボールペンではかかないでください。）
(Do not use any kind of pen.)
2. かきなおすときは、けしゴムできれいにけしてください。
Erase any unintended marks completely.
3. きたなくしたり、おったりしないでください。
Do not soil or bend this sheet.
4. マークれい Marking Examples

| よいれい<br>Correct<br>Example | わるいれい<br>Incorrect Examples |
|---|---|
| ● | ⊗ ◯ ◑ ◐ ⊖ ⊙ |

## もんだい1

| | | | | |
|---|---|---|---|---|
| 1 | ① | ● | ③ | ④ |
| 2 | ① | ② | ● | ④ |
| 3 | ① | ② | ● | ④ |
| 4 | ① | ② | ③ | ● |
| 5 | ① | ② | ③ | ● |
| 6 | ● | ② | ③ | ④ |
| 7 | ① | ● | ③ | ④ |
| 8 | ① | ● | ③ | ④ |
| 9 | ① | ② | ● | ④ |
| 10 | ① | ② | ③ | ● |
| 11 | ① | ● | ③ | ④ |
| 12 | ① | ● | ③ | ④ |
| 13 | ● | ② | ③ | ④ |
| 14 | ① | ② | ● | ④ |
| 15 | ① | ● | ③ | ④ |

## もんだい2

| | | | | |
|---|---|---|---|---|
| 16 | ① | ② | ● | ④ |
| 17 | ① | ● | ③ | ④ |
| 18 | ● | ② | ③ | ④ |
| 19 | ① | ② | ③ | ● |
| 20 | ① | ② | ● | ④ |

## もんだい3

| | | | | |
|---|---|---|---|---|
| 21 | ● | ② | ③ | ④ |
| 22 | ① | ● | ③ | ④ |
| 23 | ① | ② | ● | ④ |
| 24 | ① | ② | ③ | ● |
| 25 | ● | ② | ③ | ④ |

## もんだい4

| | | | | |
|---|---|---|---|---|
| 26 | ① | ● | ③ | ④ |
| 27 | ① | ② | ● | ④ |
| 28 | ① | ② | ● | ④ |
| 29 | ① | ② | ③ | ● |

## もんだい5

| | | | | |
|---|---|---|---|---|
| 30 | ① | ● | ③ | ④ |
| 31 | ① | ● | ③ | ④ |
| 32 | ① | ● | ③ | ④ |
| 33 | ● | ② | ③ | ④ |

## もんだい6

| | | | | |
|---|---|---|---|---|
| 34 | ① | ② | ③ | ● |
| 35 | ① | ② | ● | ④ |

# かいとうようし

# N4 ちょうかい

【 ベスト模試 第 1 回 】

じゅけんばんごう
Examinee Registration Number

なまえ
Name

〈ちゅうい Notes〉

1. くろいえんぴつ(HB、No.2)でかいてください。
   Use a black medium soft (HB or No.2) pencil.
   (ペンやボールペンではかかないでください。)
   (Do not use any kind of pen.)

2. かきなおすときは、けしゴムできれいにけして
   ください。
   Erase any unintended marks completely.

3. きたなくしたり、おったりしないでください。
   Do not soil or bend this sheet.

4. マークれい Marking Examples

| よいれい<br>Correct<br>Example | わるいれい<br>Incorrect Examples |
|---|---|
| ● | ⊘ ⊙ ◌ ⦸ ⊖ ⊘ ⊝ ◑ |

## もんだい1

| |  |  |  |  |
|---|---|---|---|---|
| れい | ① | ② | ③ | ● |
| 1 | ① | ● | ③ | ④ |
| 2 | ① | ② | ③ | ④ |
| 3 | ① | ② | ③ | ④ |
| 4 | ● | ② | ③ | ④ |
| 5 | ① | ② | ③ | ④ |
| 6 | ① | ② | ③ | ④ |
| 7 | ① | ② | ③ | ④ |
| 8 | ① | ② | ③ | ④ |

## もんだい2

| |  |  |  |  |
|---|---|---|---|---|
| れい | ① | ② | ③ | ④ |
| 1 | ① | ② | ③ | ④ |
| 2 | ① | ② | ③ | ④ |
| 3 | ① | ② | ③ | ④ |
| 4 | ① | ② | ③ | ④ |
| 5 | ① | ② | ③ | ④ |
| 6 | ① | ② | ③ | ④ |
| 7 | ① | ② | ③ | ④ |

## もんだい3

| |  |  |  |
|---|---|---|---|
| れい | ① | ② | ③ |
| 1 | ① | ② | ③ |
| 2 | ① | ② | ③ |
| 3 | ① | ② | ③ |
| 4 | ① | ② | ③ |
| 5 | ① | ② | ③ |

## もんだい4

| |  |  |  |
|---|---|---|---|
| れい | ① | ② | ③ |
| 1 | ① | ② | ③ |
| 2 | ① | ② | ③ |
| 3 | ① | ② | ③ |
| 4 | ① | ② | ③ |
| 5 | ① | ② | ③ |
| 6 | ① | ② | ③ |
| 7 | ① | ② | ③ |
| 8 | ① | ② | ③ |

# N4 第2回 模擬試験

## N4 Practice Test 2
## N4 Bài thi thử lần 2

# 解答と解説
## Answers and Comments
## Đáp án và Giải thích

# 言語知識（文字・語彙）
Language Knowledge (Vocabulary)／Kiến thức Ngôn ngữ (Từ vựng)

## 問題1（漢字読み Kanji reading／Đọc Kanji）

### 1 答え 4

指がとても痛いです。My fingers really hurt.／Ngón tay tôi rất đau.

【指】シ・ゆび・さ-す 例 指示（する）instruction／chỉ thị 指す point／chỉ

※「指」の「扌」＝「手」 例 持つ hold／cầm, có 打つ hit; type／đánh

1 頭 head／đầu
2 首 neck／cổ
3 足 foot／chân

### 2 答え 1

もう、決めました。We've already decided it.／Tôi đã quyết định rồi.

辞 決める 【決】ケツ・き-まる／き-める 例 決定（する）decide／quyết định 決心（する）resolve／quyết tâm

2 止めました 辞 止める stop／đỗ, dừng
3 辞めました 辞 辞める quit／ngừng, bỏ
4 閉めました 辞 閉める close／đóng

### 3 答え 2

再来週は学校が休みです。There will be no school the week after next.／Tuần tới nữa là trường nghỉ.

【再】サイ・ふたた-び 例 再出発（する）restart／xuất phát lại 再放送（する）rerun／phát lại, chiếu lại

❗「再＝次」という意味の時は「サ」と読む。再 is read as サ when it means "next."／ Khi "再" có nghĩa là "tiếp theo" thì đọc là "サ".

### 4 答え 4

会社を経営しています。I run a company.／Tôi đang điều hành công ty.

### 辞 経営する 【経】ケイ 例 経済 economy／kinh tế
【営】エイ・いとな-む 例 営業（する）business; sales／kinh doanh

### 5 答え 2

高い建物です。It's a tall building.／Tòa nhà cao.

【建】ケン・た-つ／た-てる 例 建築（する）architecture／kiến trúc
【物】ブツ・モツ・もの 例 動物 animal／động vật 品物 goods／hàng hóa

### 6 答え 3

色がきれいです。The colors are beautiful.／Màu đẹp.

【色】ショク・シキ・いろ 例 2色 two colors; two-toned／2 màu 景色 scenery／cảnh sắc, phong cảnh 色鉛筆 colored pencil／bút chì màu

1 町 town／thị trấn
2 空 sky／bầu trời
4 形 shape／hình dạng, hình thức

### 7 答え 4

集合の時間を守りましょう。Let's all get together on time.／Hãy đảm bảo giờ tập trung.

集合（する）getting together／tập hợp, tập trung

【集】シュウ・あつ-まる／あつ-める 例 写真集 photo album／tập ảnh, album ảnh
【合】ゴウ・あ-う／あ-わせる 例 合計（する）total／tổng cộng 試合（する）game; match／trận đấu 問い合わせる inquire／liên hệ

❗「しゅうごう」：「う」がある

### 8 答え 1

図をかいてください。Please draw a diagram.／Hãy vẽ sơ đồ.

【図】ズ・ト 例 地図 map／bản đồ 図書館 library／thư viện

2 絵 painting／tranh
3 字 character／chữ
4 文 sentence; text／câu, văn

## 9 答え 3

この機械は全然動きません。This machine isn't working at all.／Cái máy này hoàn toàn không hoạt động.

辞 動く 【動】ドウ・うご-く／うご-かす 例 運動（する）exercise／vận động
1 付／着きません 辞 付く be attached／có gắn, dính 着く arrive／dính, đến nơi
2 開きません 辞 開く open／mở
4 働きません 辞 働く work／làm việc
⚠「動」と「働」

### 問題2（表記 Orthography／Chính tả）

## 10 答え 4

10円玉が落ちましたよ。You dropped a 10-yen coin.／Rớt đồng 10 yên kìa.

辞 落ちる 【落】ラク お-ちる／お-とす 例 落とし物 lost article／đồ đánh rơi
1 【汚】オ・よご-れる／よご-す 例 部屋が汚れる the room becomes dirty／căn phòng bẩn
2 【倒】トウ・たお-れる／たお-す 例 木が倒れる a tree falls over／cái cây ngã
3 【下】カ・お-りる／さ-げる 例 階段を下りる go down the stairs／xuống cầu thang

## 11 答え 1

夏はとても暑いです。Summer is very hot.／Mùa hè rất nóng.

【夏】カ・なつ 例 夏休み summer vacation／kỳ nghỉ hè
2 秋 fall／mùa thu
3 冬 winter／mùa đông
4 春 spring／mùa xuân

## 12 答え 3

今日は仕事に行きます。I'm going to work today.／

Hôm nay tôi đi làm.

【仕】シ 【事】ジ・こと
⚠「仕」と「任」
1・2【筆】ヒツ・ふで
2・4【任】ニン・まか-せる 例 責任 responsibility／trách nhiệm

## 13 答え 2

ちょっと待ってください。Please wait a moment.／Hãy chờ một chút.

辞 待つ 【待】タイ・ま-つ 例 期待（する）expectation／kỳ vọng 待合室 waiting room／phòng chờ
1 【特】トク
3 【持】ジ・も-つ
4 【侍】さむらい
※この4つの漢字は、右側に「寺」がある。All four of these kanji have ㇂ on their right side.／4 chữ Hán này có bộ thủ "寺 (tự)" bên phải.

## 14 答え 1

家族に会いたいです。I want to see my family.／Tôi muốn gặp gia đình（Tôi nhớ nhà）.

【家】カ・ケ・いえ・や 例 小説家 novelist／tiểu thuyết gia 大家さん landlord／người chủ nhà
【族】ゾク 例 民族 ethnic group／dân tộc
2・4【庭】テイ・にわ 例 家庭 home／gia đình
3・4【屋】オク・や 例 屋根 roof／mái nhà

## 15 答え 4

昼食を食べました。I ate lunch.／Tôi đã ăn cơm trưa.

【昼】チュウ・ひる 例 昼ご飯 lunch／cơm trưa
【食】ショク・た-べる 例 食事（する）dining; meal／bữa ăn, dùng bữa
1・2【届】とど-く
1・3【飯】ハン・めし

## 問題3（文脈規定 Contextually-defined expressions／Quy định ngữ cảnh）

### 16　答え　2

目が悪いので遠くのものがよく（見えません）。

My eyesight is bad, so I have trouble seeing things far away.／Mắt tôi không tốt nên không nhìn thấy rõ những gì ở xa.

辞 （～が）見える　例 月／星が見える (can) see the moon/stars／thấy được mặt trăng / ngôi sao

1 見ません　辞 （～を）見る　例 テレビ／映画を見る watch TV/a movie／xem tivi / phim

3 聞きません　辞 （～を）聞く listen／nghe　例 ラジオを聞く listen to the radio／nghe radio

4 聞こえません　辞 （～が）聞こえる　hear／nghe được　例 子供の声が聞こえる hear the voices of children／nghe được tiếng trẻ con

❗「（～を）見る／聞く」と「（～が）見える／聞こえる」の違いに注意 Note the differences between 見る／聞く and 見える／聞こえる.／Lưu ý sự khác nhau giữa "見る／聞く" và "見える / 聞こえる".

### 17　答え　1

日本は子供が一人で外を歩ける、とても（安全）な国です。 Japan is such a safe country that children can walk alone outside.／Nhật Bản là đất nước rất an toàn mà trẻ em có thể đi bộ một mình bên ngoài.

安全（な）⇔ 危険（な）dangerous／nguy hiểm　例 子供のおもちゃは安全でなければなりません。 Children's toys must be safe.／Đồ chơi của trẻ em là phải an toàn.

2 残念（な）unfortunate／tiếc, đáng tiếc

3 適当（な）appropriate／thích hợp

4 簡単（な）simple／đơn giản

### 18　答え　3

（怖い）本を読んだので夜寝られませんでした。

I couldn't sleep well last night because I read a scary book.／Vì đọc quyển sách đáng sợ nên buổi tối tôi đã không ngủ được.

怖い　例 私は地震／スリラー映画が怖い I think earthquakes/thriller films are scary／Tôi sợ động đất / phim kinh dị

1 弱い weak／yếu ⇔ 強い

2 辛い spicy; hot／cay ⇔ 甘い

4 遅い slow; lat／chậm, trễ ⇔ 速い／早い

### 19　答え　2

日曜日は（たいてい）うちで本を読んだりテレビを見たりしています。 I usually spend Sundays doing things like reading books and watching TV.／Chủ nhật thì đại khái tôi ở nhà đọc sách, xem ti vi.

❗頻度を表す言葉 Expressions of frequency／từ diễn tả mật độ：いつも always／luôn luôn　たいてい usually／đại khái　よく often／thường　あまり～ない hardly／hầu như không ~　ぜんぜん～ない never／hoàn toàn không ~

1 めったに（～ない）rarely ~／hiếm khi ~

3 もし（～たら）if ~／nếu ~　例 もし雨が降ったら、家にいます。 I'll stay home if it rains.／Nếu trời mưa thì tôi sẽ ở nhà.

4 だんだん increasingly／dần dần　例 だんだん日本語が上手になります。 Your Japanese will get better and better.／Dần dần tiếng Nhật trở nên giỏi lên.

### 20　答え　4

友達と（けんか）してしまったら謝りましょう。 If you quarrel with a friend, you should apologize.／Nếu cãi nhau với bạn thì hãy xin lỗi.

辞 （～と）けんかする

1 会議する hold a meeting／họp

2 準備する prepare／chuẩn bị

3 会話する converse／hội thoại, trò chuyện

### 21　答え　1

学校の宿題でレポートを書いた時、インターネットでいろいろなことを（調べました）。 I looked up a bunch of things online to write the report we were assigned for homework.／Khi viết báo cáo là bài tập ở trường thì tôi đã tra cứu nhiều điều bằng internet.

辞 調べる

2 届けました　辞 届ける deliver／đem đến

3 映りました／移りました　辞 映る be reflected／chiếu　移る move／chuyển, di chuyển

4 飾りました　辞 飾る decorate／trang trí

### 22　答え　2

デパートがとても大きくて、文房具の(売り場)が見つからなかったので、店員さんに聞きました。

The department store was so big I couldn't find the stationery department and had to ask a clerk for its location.／Cửa hàng bách hóa quá lớn, tôi không tìm được quầy bán văn phòng phẩm nên đã hỏi nhân viên.

売り場 department (of a store)／quầy bán hàng, nơi bán hàng　例 食品の売り場 food section／nơi bán thực phẩm　日用品の売り場 household good section／nơi bán vật dụng hằng ngày

1 受付 reception／lễ tân

3 マーケット market／thị trường, chợ

4 パート part／làm bán thời gian

### 23　答え　3

私はよく同じ映画を見ます。この映画を見るのは5(回目)です。I watch the same movies over and over. This is the fifth time for me to watch this one.／Tôi thường xem một bộ phim giống nhau. Đây là lần thứ 5 tôi xem bộ phim này.

～回目 -st; -nd; -rd; -th／lần thứ ～　※同じことを何度もする時の順番を表す Expresses numerical order of repeated event/action／Diễn tả thứ tự khi làm cùng một việc nhiều lần.　例 日本に来たのは3回目です。This my third time to be in Japan.／Tôi đã đến Nhật lần thứ 3.

1 ～軒目 (counter for houses)／căn thứ ～

2 ～本目 (counter for pencils, umbrellas, and other long objects)／cây / cái thứ ～

4 ～番目 (numerical order of things or people)／thứ ～

### 24　答え　4

入口で靴を脱いで、(スリッパ)を履いてください。

Please take your shoes off at the entrance and put on slippers.／Hãy cởi giày ở cửa và mang dép vào.

1 カーテン curtain／rèm cửa

2 スーツ suit／đồ vét

3 スカート skirt／váy

### 25　答え　1

海が本当にきれいで、(素晴らしい)景色ですね。

The ocean is really beautiful. The scenery here is wonderful, don't you think?／Biển thật đẹp, cảnh tuyệt vời nhỉ.

素晴らしい　例 アナさんの日本語は素晴らしいです。Anna-san's Japanese is wonderful.／Tiếng Nhật của Anna-san thật tuyệt vời.

2 詳しい detailed／chi tiết, cụ thể　例 詳しく説明します。I will explain it in detail.／Tôi sẽ giải thích chi tiết.

3 苦い bitter／đắng　例 カカオが多いチョコレートは苦いです。Chocolate containing a lot of cocoa tastes bitter.／Sô-cô-la có nhiều cacao thì đắng.

4 まずい terrible (taste)／dở　例 料理がまずいと言われてしまいました。I was told my cooking tastes terrible.／Tôi đã bị nói là món ăn dở.

### 問題4 (言い換え類義 Paraphrases／Cụm từ thay thế)

### 26　答え　4

電車が遅れた原因は何ですか。What's the reason for the train delay?／Nguyên nhân tàu điện bị trễ là gì vậy?

＝電車はどうして遅れましたか。Why was the train late?／Tại sao tàu điện bị trễ?

1 何時間 how many hours／mấy tiếng

2 どこで where／tại đâu

3 いつ when／khi nào

### 27　答え　1

先生に贈り物をしました。I gave the teacher a gift/present.／Đã tặng quà cho giáo viên.

＝先生にプレゼントしました。I gave my teacher a gift/present.／Đã tặng món quà cho giáo viên.

2 先生に質問しました。I asked my teacher a question.／Đã đặt câu hỏi với giáo viên.

3 先生に挨拶しました。I greeted my teacher.／Đã chào giáo viên

4 先生にお礼を言いました。I thanked my teacher.／Đã nói lời cảm ơn giáo viên.

## 28 答え 3

学校の本を戻してください。Please return the school's books.／Hãy trả lại sách của trường.

＝学校の本を返してください。Please return the school's books.／Hãy trả lại sách của trường.

1 読んで read／đọc

2 買って buy／mua

4 きれいに使って not get (books) dirty when using／sử dụng một cách sạch sẽ

## 29 答え 2

病気が治りました。I've gotten over my illness.／Đã khỏi bệnh.

＝病気がよくなりました。I've gotten over my illness.／Bệnh đã khỏe lại.

1 病気になりました。I became sick.／Đã bị bệnh.

3 病気に気をつけています。I'm taking care not to get sick.／Cẩn thận (không để) bệnh.

4 病気がもうすぐよくなります。You'll soon be over your sickness.／Bệnh sắp khỏe lại.

## 30 答え 1

この頃気温が下がっています。The temperature has been cooler recently.／Dạo này nhiệt độ xuống thấp.

＝この頃寒くなっています。It has gotten cold recently.／Dạo này trời trở lạnh.

気温が下がる ⇔ 気温が上がる temperature rises／nhiệt độ tăng

2 この頃暑くなっています。It has gotten hot recently.／Dạo này trời trở nên nóng

3 この頃天気がいいです。The weather's been nice

recently.／Dạo này thời tiết đẹp.

4 この頃天気が悪いです。The weather's been bad recently.／Dạo này thời tiết xấu

## 問題5（用法 Usage／Áp dụng）

## 31 答え 1

両親に日本人の友達を紹介しました。I introduced my Japanese friend to my parents.／Tôi đã giới thiệu bạn người Nhật với cha mẹ.

題 （AがBにCを）紹介する A introduces C to B／A giới thiệu (C với B)

2 ▶結婚式に招待されたので、ドレスを選んでいます。I've been invited to a wedding, so I'm picking out a dress.／Vì được mời dự lễ kết hôn nên tôi chọn áo đầm.

3 ▶新しい学校で、教室などを案内してもらいました。I was new to the school, so I had them show me around the classrooms and other rooms.／Ở trường mới, tôi được hướng dẫn lớp học v.v.

4 ▶病院で、たばこは体によくないと注意されました。I was warned at the hospital that smoking was bad for me.／Ở bệnh viện, tôi bị nhắc nhở thuốc lá không tốt cho cơ thể.

## 32 答え 3

みんな先に帰りました。今、オフィスにいるのは私だけです。Everyone else has already left. I'm the only one still at the office.／Mọi người đã về trước. Bây giờ ở văn phòng chỉ có tôi.

先に〜する ～ before (someone else)／làm ～ trước 例
お先に失礼します。Pardon me for going ahead/leaving earlier.／Tôi xin phép thất lễ trước　お先にどうぞ。After you.／Xin mời anh/chị trước.

1 ▶母は年をとって、聞いたことをすぐに忘れてしまいます。Now that my mother is older, she immediately forgets whatever she hears.／Mẹ tôi đã già nên quên ngay những việc đã nghe.

2 ▶私は、一生懸命勉強して医者になりたいです。I want to study hard to become a doctor.／Tôi học hành

chăm chỉ vì muốn trở thành bác sĩ.

4 ▶ うちに帰ったらすぐ勉強して、それからテレビを見ます。I'm going to study right after I get home, and then I'll watch TV./Về đến nhà tôi học ngay, sau đó xem tivi.

## 33 答え 4

朝起きて、すぐお湯を沸かしてコーヒーを飲みます。As soon as I get up in the morning, I boil some water to make coffee and then I drink it./Buổi sáng, thức dậy tôi đun nước sôi và uống cà phê.

**語** 沸かす **例** 風呂を沸かす fill the bath with hot water/pha / nấu nước tắm

1 ▶ 今から野菜を切って、サラダを作ります。I'm now going to chop up some veggies to make a salad./Từ bây giờ, tôi sẽ thái rau, làm món rau trộn.

2 ▶ ガスでお湯を沸かしてお風呂に入っています。I'm going to turn on the gas (to heat the bath) and take a bath./Tôi đun nước rồi đi tắm.

3 ▶ 氷を使って／入れて／割って、冷たい飲み物を作りましょう。Let's make cold drinks with ice/by filling with ice/by cracking ice./Hãy dùng / cho vào / đập đá để làm món uống lạnh.

## 34 答え 2

明日から旅行に行くので、今日支度をしなければなりません。I'm leaving on a trip tomorrow, so I need to get ready today./Ngày mai tôi sẽ đi du lịch nên hôm nay phải chuẩn bị đồ đạc.

支度（する） **例** 食事の支度をする prepare a meal/chuẩn bị bữa ăn

1 ▶ 試験を受ける時、資格があるかないか聞かれました。When I went to take the test, I was asked whether I was qualified./Khi dự thi, tôi đã bị hỏi có tư cách hay không.

3 ▶ 弟に邪魔をされて、勉強ができませんでした。I couldn't study because my little brother kept interrupting me./Bị em trai quấy rầy nên tôi không học được.

4 ▶ 昨日空港へ友達を迎え／見送りに行きました。

I went to the airport yesterday to pick up/see off a friend./Hôm qua tôi đã đi đến sân bay để đón / tiễn bạn.

## 35 答え 4

キムさんは、日本と自分の国の違いをとてもうまく説明しました。Kim-san gave a very good explanation of the differences between Japan and her country./Kim-san đã giải thích rất tốt về sự khác biệt giữa Nhật Bản và nước của mình.

うまい（上手い／美味い） good/tasty/giỏi / ngon ＝上手（な）／おいしい **例** 私の姉は歌が上手いです。My younger sister is a good singer./Chị tôi hát hay この料理は美味い！ This food is great!/Món ăn này ngon!

1 ▶ 日本の電車はきれいで時間が正確でとてもいい／素晴らしいです。Trains in Japan are great/wonderful because they're clean and on time./Tàu điện của Nhật sạch và giờ giấc chính xác nên rất tốt / tuyệt vời.

2 ▶ 赤ちゃんがひどく／すごく泣いて、お母さんが困っています。The mother is having a hard time because her baby is crying hard/a lot./Em bé khóc ngặt / nhiều khiến người mẹ khổ sở.

3 ▶ 砂糖をたくさん入れたので、甘いです。全然おいしくありません。I put in a lot of sugar, so it's sweet. It doesn't taste good at all./Vì cho nhiều đường vào nên ngọt. Không ngon tí nào.

# 言語知識(文法)・読解
Language Knowledge (Grammar) · Reading／Kiến thức Ngôn ngữ (Ngữ pháp) - Đọc hiểu

## 問題1 (文の文法1 (文法形式の判断)
Sentential grammar 1 (Selecting grammar form)
Ngữ pháp của câu (Chọn hình thức ngữ pháp))

### 1  答え  1

引っ越ししたので学校に近くなりました。(15分で)行けます。 I moved to a place closer to school. I now can get there within 15 minutes.／Vì tôi đã chuyển nhà nên gần trường hơn. Có thể đi trong 15 phút.

〜で…できる／動詞の可能形／大丈夫だ can/potential form of verb/all it takes to ... with/in/for 〜／có thể .../ thể khả năng của động từ / ổn với (trong) 〜 ＝〜ぐらいの少ない量でも…できる、〜以上はかからない can 〜 with just as few/small as 〜; doesn't take more than 〜／có thể 〜 dù bằng một lượng ít khoảng 〜, không mất hơn 〜  例 5万円でアパートが借りられます。 You can rent an apartment for under 50,000 yen.／Có thể thuê căn hộ với 50.000 yên.

### 2  答え  3

ホームページ(によると)、ABCデパートはセールをするそうです。 According to their website, ABC Department Store is going to have a sale.／Theo trang chủ, nghe nói cửa hàng bách hóa ABC sẽ khuyến mãi.

〜によると…そうだ  例 天気予報によると、今週は雨が多いそうです。 According to the weather forecast, there's going to be a lot of rain this week.／Theo dự báo thời tiết, nghe nói tuần này mưa nhiều.

1 〜にとって to 〜; for 〜／với 〜, đối với 〜  例 私にとって一番大切な物は、母からの手紙です。 The most important things to me are letters from Mother.／Thứ quan trọng nhất đối với tôi là những lá thư của mẹ.

2 〜によって through 〜; by 〜／bằng 〜, thông qua 〜  例 インターネットによって情報が大勢の人に伝わ

ります。 Information is communicated to many people through the Internet.／Thông tin được truyền đến nhiều người bằng internet.

4 〜について about 〜／về 〜  例 私の国の文化についてレポートを書きました。 I wrote a report about my country's culture.／Tôi đã viết báo cáo về nền văn hóa của nước mình.

### 3  答え  2

夏休みの宿題は、学校が始まる(までに)全部終わらせてください。 Please finish all your summer vacation assignments by the start of classes.／Hãy làm cho xong bài tập mùa hè cho đến trước khi trường học bắt đầu.

〜までに  例 3月10日までにレポートを出してください。 Please turn in your reports by March 10.／Hãy nộp báo cáo hạn chót là ngày 10 tháng 3.

❗「〜まで」と「〜までに」

1 〜まで until 〜／cho đến 〜  例 3月10日まで授業があります。 We have classes until March 10.／Có giờ (tiết học) cho đến ngày 10 tháng 3.

### 4  答え  4

生徒は50人いますが、いすが48(しか)ありません。あと2つ、持って来てください。 There are 50 students, but we have only 48 chairs. Please bring two more.／Học sinh có 50 người nhưng ghế thì chỉ có 48 cái. Hãy đem thêm 2 cái đến.

❗「〜しか…ない」と「〜だけ」

〜しか…ない ... is only 〜／chỉ ... 〜：〜は必要な量に足りない the available amount, 〜, is insufficient／〜 không đủ lượng cần thiết  例 10個必要なのに9個しかありません。 We need ten, but we only have nine.／Cần 10 cái vậy mà chỉ có 9 cái.   私はひらがなしか書けません。 I can only write in hiragana.／Tôi chỉ viết được chữ Hiragana.

3 ～だけ just ~／chỉ ~：～の範囲で、～以外は不要／しない is in the range of ~; do not need more/other than ~／trong phạm vi ~ / không cần, không làm ngoài ~ 例 9個だけ使いますから、大丈夫です。We're going to use just nine, so there's no problem.／Vì chỉ sử dụng 9 cái nên ổn. ここに名前だけ書いてください。Please just write your name here.／Chỉ viết tên vào đây.

## 5 答え 2

午後7時でしたが、(誰か)いるかもしれないと思って、会社に電話してみました。It was 7 p.m., but I thought that someone might still be at the office, so I went ahead and tried calling.／Tuy đã 7 giờ tối nhưng nghĩ có lẽ có ai đó nên tôi đã thử gọi điện đến công ty.

誰か someone／ai đó 何か something／cái gì đó どこか somewhere／ở đâu đó いつか someday／lúc nào đó

❗「か」と「が」

例 誰か来ました。Someone has come.／Ai đó đã đến. 誰が来ましたか。Who came?／Ai đã đến vậy?

## 6 答え 3

古いコップを、花をかざる(のに)使っています。I use an old cup to hold flowers.／Tôi sử dụng cái cốc cũ để cắm hoa.

～を…のに使う use ~ to do ...／dùng ~ để ...

## 7 答え 4

国へ帰っても日本の友達のことは(決して)忘れません。みなさん、お元気で。I will never forget my friends in Japan after I go back to my country. Please look after yourselves.／Dù có về nước tôi cũng nhất định không quên bạn bè ở Nhật. Mọi người giữ gìn sức khỏe nhé.

決して～ない＝絶対に～ない 例 日本語の勉強は決してやめません。I will never give up studying Japanese.／Tôi nhất định không ngừng học tiếng Nhật.

1 いつか someday／một lúc nào đó 例 いつか日本の会社で働きたいです。I hope to work for a Japanese company someday.／Một lúc nào đó tôi muốn

làm việc tại công ty Nhật.

2 やっと finally／cuối cùng：願っていたことが、長い時間の後実現した時に使う。Expresses that a long-held desire/wish was finally realized.／Sử dụng khi đã thực hiện được điều mong muốn sau thời gian dài. 例 やっと教科書の漢字を全部覚えました。I finally memorized all the kanji in the textbook.／Cuối cùng tôi đã thuộc hết chữ Hán trong sách giáo khoa.

3 なかなか～ない still hasn't ~; just won't ~／mãi không ~：願っていることが時間をかけても実現しない時に使う。Expresses that some desire/wish remains unfulfilled even after much time has passed.／Sử dụng khi không thực hiện được điều mong muốn dù đã dành thời gian. 例 道が込んでいて、バスがなかなか来ません。With there being so much traffic today, the bus still hasn't come.／Đường đông nên xe buýt mãi không đến.

## 8 答え 1

用がありますから、授業が(終わったら)すぐ事務室に来てください。There's something I want to discuss with you, so please come to the office as soon as class ends.／Vì có việc nên hãy đến văn phòng ngay sau khi hết giờ học.

❗二つの「たら」

① 仮定条件 Hypothetical condition／điều kiện giả định

(もし)～たら：～が起きた時は ※「～」は起きるかどうかわからない It is not certain that ~ will happen.／không biết "~" có xảy ra không 例 もし雨が降ったら家にいます。If it rains, I'm going to stay home.／Nếu trời mưa thì ở nhà.

② 確定条件 Definite condition／điều kiện xác định

～たら：～が起きたあと／時は ※「～」は必ず起きる ~ is certain to occur／"~" chắc chắn xảy ra 例 10時になったら出かけます。I'll go out at 10. (lit. I'll go out when it turns 10 o'clock.)／10 giờ thì tôi sẽ ra ngoài.

※この問題の使い方は②。This problem follows usage ②.／Cách sử dụng của câu hỏi này là ②.

**9** **答え** **4**

学校を(卒業した)あと、日本の会社に入りたいと思っています。I want to join a Japanese company after I graduate from school.／Sau khi tốt nghiệp ra trường, tôi muốn vào công ty Nhật.

**！「〜たあと」と「〜前に」**

〜たあと：文が現在形でも過去形でも、動詞はいつもタ形 In this pattern, the verb is always placed in the ta-form regardless of whether the sentence is in the present tense or the past.／Dù là câu ở thì hiện tại hay quá khứ thì động từ lúc nào cũng ở thể Ta **例** いつもご飯を食べたあと、コーヒーを飲みます。／昨日ご飯を食べたあと、コーヒーを飲みました。I always drink some coffee after eating a meal. / I drank some drink some coffee after eating dinner yesterday.／Lúc nào tôi cũng uống cà phê sau khi ăn cơm. / Hôm qua tôi đã uống cà phê, sau khi ăn cơm.

辞書形＋前に：文が現在形でも過去形でも、動詞はいつも辞書形 In this pattern, the verb is always placed in the dictionary form regardless of whether the sentence is in the present tense or the past.／Dù là câu ở thì hiện tại hay quá khứ thì động từ lúc nào cũng ở thể từ điển. **例** いつもご飯を食べる前に手を洗います。／昨日ご飯を食べる前に手を洗いました。I always wash my hands before eating. / I washed my hands before eating yesterday,／Tôi luôn luôn rửa tay trước khi ăn cơm. / Hôm qua tôi đã rửa tay trước khi ăn cơm.

**10** **答え** **3**

(私は)ゆうべ友達に電話で(起こされて)、あまり寝られませんでした。Last night I was awakened by a phone call from a friend, so I didn't get much sleep.／(Tôi) đã bị đánh thức bởi cuộc gọi của người bạn tối hôm qua, nên hầu như không ngủ được.

友達が私を(電話で)起こした＝私は友達に(電話で)起こされた A friend woke me (by calling)＝I was awakened by a friend('s phone call).／người bạn đã đánh thức tôi (bằng điện thoại) ＝ Tôi bị người bạn đánh thức (bằng điện thoại)

AはBに〜(ら)れる A is 〜 by B／A bị / được B. **例**
私は、子供の時、よく父にしかられました。When I was a child, I was often scolded by my dad.／Khi còn nhỏ, tôi thường bị bố mắng.

**11** **答え** **2**

これなら私でも(読め)そうです。In this case, I think I can read it./Nếu là cái này thì có lẽ em cũng đọc được.

「読める」＋「〜そうです(予測 prediction／dự đoán)」→読めそうです

※この文では自分のことを伝えているので、動詞は可能形を選ぶ。Since the speaker is talking about himself in this sentence, a verb in the potential form is needed.／Trong câu này, vì là truyền đạt việc của mình nên chọn động từ thể khả năng.

**12** **答え** **1**

図書館で借りた本を子供が(破って)しまったので、新しい本を買って返しました。My child ripped a library book I had borrowed, so I bought a new one to replace it.／Vì con tôi xé rách quyển sách đã mượn ở thư viện nên tôi đã mua quyển sách mới trả lại.

子供が本を破る(他動詞) child rips a book (transitive verb)／con xé rách sách (tha động từ) ※本が破れる(自動詞) book is ripped (intransitive verb)／sách bị rách (tự động từ)

3 (風が木を)倒す：他動詞 (wind) blows down (trees): transitive verb／(gió) làm ngã (cây): tha động từ

4 (風で木が)倒れる：自動詞 trees are blown down by the wind: intransitive verb／(vì gió mà cây) ngã: tự động từ

**13** **答え** **2**

今、これは(書けなくてもいいです)。もっと上のクラスになったら練習してください。You don't have to be able to write this now. Please practice it after you advance to a higher class.／Bây giờ, cái này không viết được cũng được. Lên lớp cao hơn rồi thì hãy luyện tập.

1 書けなければなりません You have to be able to write it./phải viết

3 書かないかもしれない I might not write it./có lẽ không viết

4 書いてはいけません You must not write it./không được viết

## 14 答え 3

先生、<u>びっくり（させ）</u>ないでください。Mr. X, please don't <u>surprise</u> (me)./Cô ơi, đừng <u>làm</u> (em) <u>giật mình</u>.

AがBを 驚かせる（びっくりさせる）／心配させる／安心させる／喜ばせる A surprises/worries/reassures/makes happy B／A làm cho B ngạc nhiên (giật mình) / lo lắng / an tâm / vui mừng：気持ちを表す言葉を使った使役形 Causative form used with expression of feeling／thể sai khiến dùng từ diễn tả cảm giác 例 お国のご両親に連絡して、安心させたほうがいいですよ。It would be a good idea to contact your parents back home to reassure them./Nên liên lạc với cha mẹ ở bên nước nhà để họ an tâm.

## 15 答え 4

ちょっと（手伝ってもらっても）いいですか。(Kim-san,) <u>could you</u> help me a little?/(Kim à), giúp tôi một chút được không?

～てもらってもいいですか＝～てください／～てくれませんか 例 漢字がわからないので、教えてもらってもいいですか。I don't understand kanji, so could you teach me about them?/Vì tôi không biết chữ Hán nên chỉ cho tôi được không?

> **問題2（文の文法2（文の組み立て）**
> Sentential grammar 2 (Sentence composition)
> Ngữ pháp của câu (Ghép câu)

🔁 文の組み立て方 Sentence construction
Cách ghép câu

## 16 答え 4

去年までレンさんがいた <u>部屋を</u> <u>使っている</u> アメリカ人の女性は <u>日本語が</u> <u>上手</u>です。

The American woman using the apartment that Ren-san was staying in until last year speaks Japanese well./Bạn nữ người Mỹ đang sử dụng căn phòng mà Ren đã ở cho đến năm ngoái rất giỏi tiếng Nhật.

※「アメリカ人の女性は日本語が上手です」という最後の文を先に作ると、やりやすい。

It's easier to tackle this sentence if you start with the last part, アメリカ人の女性は日本語が上手です。/Nếu đặt câu cuối cùng "アメリカ人の女性は日本語が上手です" trước thì sẽ dễ làm hơn.

## 17 答え 2

新幹線の予約をしたほう が いい か どうか、友達に聞きました。

I asked a friend whether I should reserve a seat on the Shinkansen./Tôi đã hỏi người bạn xem có nên đặt chỗ trước tàu cao tốc shinkansen không.

🔁 ［新幹線の予約をしたほうがいい］かどうか

## 18 答え 1

学校が休みの日、私は家に <u>いるより</u> <u>どこかに</u> <u>出かけるほうが</u> <u>ずっと多い</u> です。

I spend many more off days from school going out somewhere than staying at home./Những ngày nghỉ học, tôi đi đâu đó nhiều hơn hẳn ở nhà.

🔁 ［家にいる］より［どこかに出かける］ほうが

## 19 答え 3

アナさんはピアノが <u>とても上手な</u> のに <u>誰も聞いたことがない</u> のは 残念です。

Anna-san plays the piano really well, so it's a pity that no one has heard her play./Anna rất giỏi piano vậy mà không có ai từng nghe, thật tiếc.

🔁 【［アナさんはとてもピアノが上手な］のに、［誰

も聞いたことがない]】のは残念です。

## 20 答え 2

日本語が 難しいし アルバイトが忙しいです から めったに 見ません。

I rarely watch them because they're hard to follow in Japanese and because my part-time job keeps me busy.／Tiếng Nhật thì khó, công việc làm thêm thì bận rộn nên tôi hiếm khi xem.

訳 [日本語が難しい] し、[アルバイトが忙しいです]から、めったに見ません。

## 問題3（文章の文法
Text grammar／Ngữ pháp của đoạn văn)

## 21 答え 1

## 22 答え 4

「忘れません。ずっと〜」という文なので、「覚えます」ではなく、「覚えています」が正しい。

In the context of never forgetting and always remembering, 覚えています is the right choice, not 覚えます。／Vì là câu "không quên, ~ mãi" nên không phải là "覚えます" mà "覚えています" mới đúng.

## 23 答え 2

〜ないように注意する be careful not to 〜／lưu ý để không 〜 例 事故にあわないように注意してください。Be careful not to get into any accidents.／Hãy lưu ý

để không gặp tai nạn.

## 24 答え 2

辞書形＋な：強い禁止 strict prohibition／cấm đoán mạnh mẽ 例 ここに入るな。Don't enter.／Không được vào đây.

## 25 答え 1

〜ないで…する do ... without 〜; do ... instead of 〜／làm ....mà không 〜 例 テストがあるので、寝ないで勉強しています。I have a test, so I'm studying instead of getting sleep.／Vì có bài kiểm tra nên tôi học bài mà không ngủ.

cf. 〜なくて (because) not 〜／vì không 〜 例 お金がなくて、困っています。I'm having a hard time because I don't have any money.／Vì không có tiền nên khó khăn.

## 問題4（内容理解（短文）
Comprehension (Short passages)
Hiểu nội dung (đoạn văn ngắn))

▧ 答えに関係する文 Sentences associated with the answer Câu có liên quan với câu trả lời

▭ 理解のポイント Comprehension strategies Điểm quan trọng để hiểu

## 26 答え 3

▧「学校が休みの日（土曜日、日曜日）に工事について話したい時は、下の電話番号に電話してくだ

---

問題3の本文

　ゲームはよくないと言う人が多いです。でも私は、ゲームをするのはいいと思います。
　それは、ゲームで日本語の勉強ができるからです。ゲームでは、言葉を楽しく使います。だから、すぐ覚えるし、忘れません。ずっと覚えています。
　それから、ゲームでは、ミスは絶対だめです。負けてしまいますから。ミスをしないように、一生懸命注意します。私は、ゲームをしている時、自分に「ミスをするな」といつも言っています。勉強でも、同じです。例えばテストを受けている時、ゲームと同じように注意するので、めったにミスをしません。
　どうですか。ゲームはいいと思いませんか。
　でも、食べたり寝たりしないで、ゲームばかりするのはよくありません。食べることも寝ることもきちんとしなければなりません。私は、ゲームをする時間を決めたらいいと思います。

Many people say games are no good. <u>But</u>, I think it's good to play games. That's because you can study Japanese by playing games. With games, you can have fun using a language. So, you can quickly learn the language and won't forget it. You'll always <u>remember</u> it.

Another thing is you absolutely can't make mistakes in games. That's because you'll lose if you do. You pay close attention <u>so that you won't make</u> mistakes. When I play games, I always tell myself, "<u>Don't make</u> mistakes." It's the same for studying, too. For example, when I'm taking a test, I rarely make mistakes if I pay attention like I do when playing a game.

How about it? Don't you think games are good?

However, it's not good to just play games <u>and not</u> eat or sleep. Eating and sleeping are things we must do properly. I think it's a good idea to decide how much time you'll spend on games.

Có nhiều người nói rằng game không tốt. <u>Nhưng</u> tôi thì nghĩ rằng chơi game tốt. Đó là vì tôi có thể học tiếng Nhật bằng game. Trong game sử dụng từ ngữ một cách vui vẻ. Vì vậy, tôi có thể nhớ ngay, không quên. Tôi <u>nhớ</u> mãi.

Ngoài ra, nhất định không được sai sót trong game. Vì sẽ bị thua. <u>Để không</u> sai sót thì tôi hết sức chú ý. Khi chơi game, tôi luôn nói với bản thân "<u>không được</u> sai sót". Trong học tập cũng vậy. Ví dụ, khi làm bài kiểm tra, tôi cũng chú ý như game nên hiếm khi sai sót.

Bạn thấy sao? Game tốt chứ đúng không?

Nhưng nếu chỉ chơi game <u>mà không</u> ăn, <u>không</u> ngủ thì không tốt. Cả việc ăn lẫn việc ngủ cũng phải làm cho đàng hoàng. Tôi nghĩ rằng nên quy định thời gian chơi game.

第2回　言語知識（文字・語彙）　言語知識（文法）・読解　聴解

さい。これは学校の携帯電話です。」

"When you want to discuss the construction work on the school's off days (Saturdays & Sundays), please call the phone number below. This is the school's cell phone."／"Khi muốn nói chuyện về việc thi công vào ngày nghỉ của trường (thứ Bảy, Chủ nhật) thì vui lòng điện thoại đến số điện thoại dưới đây. Đây là điện thoại di động của trường."

## 27　答え　1

📝「まわりの知らない人と、映画を一緒に楽しんでいると感じるからです。」

"That's because I feel like the strangers around me are enjoying the movie with me."／"Vì cảm thấy vui khi xem phim với người lạ xung quanh."

「おかしい映画の時は、隣の知らない人と一緒に、大きい声で笑います。」

"When watching funny movies, I laugh loudly with the strangers sitting next to me."／"Khi xem bộ phim buồn cười, tôi cười lớn với người lạ bên cạnh."

「その経験がなかったら、映画を見るのはつまらないと思います。」

"I think watching movies would be boring if it weren't

for experiences like that."／Nếu không có những trải nghiệm đó, tôi nghĩ rằng việc xem phim sẽ rất chán."

📖「その経験がなかったら」の「その経験」はどんな経験なのかを読み取ることが必要。

You need to figure out what sorts of experiences are indicated by その経験 in その経験がなかったら.／Cần đọc hiểu được "その経験" trong "その経験がなかったら" là những trải nghiệm gì.

その経験＝「まわりの知らない人と、映画を一緒に楽しんでいる」「隣の知らない人と一緒に、大きい声で笑います」

## 28　答え　4

📖 山口さんとリさんがそれぞれ何をしたか、これから何をするか、正しく読み取る。主語が誰なのか考えながら読むとよい。

The trick to solving this problem is deciphering what Yamaguchi-san and Lee-san each did, and what they will do next. As you read, constantly think about who the subject is.／Đọc hiểu chính xác Yamaguchi và Lee từng người đã làm gì, sắp tới sẽ làm gì. Nên vừa đọc vừa suy nghĩ chủ ngữ là ai.

## 29　答え　3

📖「(私は)人を助けようと考えました。」

"(I) thought about helping others."／"(Tôi) đã suy nghĩ muốn giúp đỡ người khác."

「(私は)人が喜ぶことをしたいと思いました。」

"(I) wanted to do something that would make people happy."／"(Tôi) đã suy nghĩ muốn làm những việc mà người khác vui mừng."

人を喜ばせる make people happy／muốn làm người khác vui：(人を)喜ばせる＝喜ぶ＋〜せる ※気持ちを表す言葉を使った使役形

Causative form used with expression of feeling／thể sai khiến dùng từ diễn tả cảm giác

---

### 問題5（内容理解（中文）)
Comprehension (Mid-size passages)
Hiểu nội dung (đoạn văn vừa)

## 30　答え　2

📖「(両親が)祖父に郵便で送りました。」

"(My parents) mailed it to my grandfather."／"(Bố mẹ) đã gửi bưu điện cho ông."

「(私は)祖父がプレゼントをくれると思っていました。」

"(I) thought my grandfather would give me presents."／"(Tôi) đã nghĩ ông tặng quà cho tôi."

## 31　答え　4

📖 本文から、祖父は病気で入院していてプレゼントを買うことができないこと、代わりに両親が買っていたこと、両親は「私」にそのことを言わなかったこと、などがわかる。

By carefully reading the passage, you should be able to determine that the grandfather couldn't buy presents because he was sick in the hospital, the parents bought presents on his behalf, and the parents didn't tell that to the writer.／Từ nội dung chính, sẽ biết được ông đang nhập viện, không thể mua quà, bố mẹ đã mua thay ông, bố mẹ đã không nói với "tôi" việc đó v.v.

## 32　答え　2

📖「手紙は、郵便局から私の家に戻ってきました。」

"The post office returned the letter to my home."／"Lá thư đã từ bưu điện quay lại nhà tôi."

🈁 戻る return／quay lại, trở lại

## 33　答え　1

📖 全体の内容から、筆者は「おじいちゃんからの誕生日プレゼント」だと思っていたが、本当は両親が代わりに買っていた、ということがわかる。

The passage as a whole reveals that the writer had thought the presents came from her grandfather, but in fact were bought by her parents on her grandfather's behalf.／Từ nội dung toàn thể sẽ hiểu là người viết đã nghĩ đó là quà tặng sinh nhật từ ông nhưng thật ra đó là bố mẹ đã mua thay ông.

---

### 問題6（情報検索
Information retrieval／Tìm kiếm thông tin)

## 34　答え　2

アヌクさんとジェーンさんは、おおぞら公園のイベントに行きたいと思っています。土曜も日曜も行けます。一人2000円までで、踊りや歌、それからスポーツを自分でするイベントに、全部行きたいです。アヌクさんたちは、どれに行きますか。

Anouk-san and Jane-san want to go to an event at Ozora Park. They can attend on both Saturday and Sunday. They want to participate in all activities involving dancing, singing, and playing sports, but don't want to spend more than 2,000 yen each. Which activities will they choose?／Anouk và Jane muốn đi đến sự kiện ở công viên Ozora. Thứ bảy và chủ nhật đều có thể đi được. Họ muốn đi tất cả sự kiện mà 1 người tối đa 2000 yên có thể tự mình nhảy múa, hát, và chơi thể thao. Anouk và Jane sẽ đi đâu?

## 35　答え　1

ブラウンさんは奥さんと一緒に、おおぞら公園で食べたり飲んだりしたいと思っています。土曜日でも日曜日でもいいですが、公園にいられるのは午後2時までです。ブラウンさんたちはどれに行きますか。

Brown-san wants to enjoy <u>eating and drinking</u> at Ozora Park with his wife. <u>They can attend on both Saturday and Sunday</u>, but can stay in the park only <u>until 2 p.m.</u> Which activities will they choose?／Anh Brown muốn <u>đi ăn uống</u> với vợ mình ở công viên Ozora. <u>Thứ bảy và chủ nhật đều được</u> nhưng họ chỉ có thể ở công viên <u>đến 2 giờ chiều</u>. Anh Brown và vợ sẽ đi đâu?

| 会場<br>(かいじょう) | 国<br>(くに) | 何をする?<br>(なに) | いくら? | いつ? |
|---|---|---|---|---|
| A | 韓国<br>(かんこく) | 韓国の服を着て、むかしからある伝統的なおどりを、みなさんも一緒におどりましょう。<br>(かんこく ふく き／でんとうてき／いっしょ) ⎡34⎤ | 300円<br>(えん) | 9月5日（土）<br>(がついつか ど)<br>午前10時〜午後1時<br>(ごぜん じ ごご じ) |
| B | 中国<br>(ちゅうごく) | 中国の代表的な食べ物、ぎょうざ。一緒に作って、一緒に食べましょう。<br>(ちゅうごく だいひょうてき た もの／いっしょ／た) ⎡35⎤ | 800円<br>(えん)<br>(材料費込み)<br>(ざいりょうひ こ) | 9月5日（土）<br>(がついつか ど)<br>午前11時〜午後2時<br>(ごぜん じ ごご じ) ⎡35⎤ |
| C | タイ | タイのうつくしい美術品をごらんください。アクセサリーを500円ぐらいで売っています。<br>(び じゅつひん／う) | 入場料金は<br>(にゅうじょうりょうきん)<br>いりません。 | 9月5日（土）<br>(がついつか ど)<br>午前11時〜午後5時<br>(ごぜん じ ごご じ) |
| D | ベトナム | ⎡35⎤ベトナムのコーヒーをいれて飲みます。そして、民族衣装アオザイを着て、写真を撮りましょう。<br>(の／みんぞく い しょう／き／しゃしん と) | 500円<br>(えん) | 9月6日（日）<br>(がつむいか にち)<br>午後2時〜午後5時<br>(ごご じ ごご じ) ⎡35⎤ |
| E | イタリア | ⎡34⎤プロの歌手が、カンツォーネの歌い方をおしえます。おなかから声を出すので、運動にもなります。<br>(か しゅ／うた かた／こえ だ／うんどう) ⎡34⎤ | 800円<br>(えん) | 9月7日（日）<br>(がつなのか にち)<br>午後1時〜午後4時<br>(ごご じ ごご じ) |
| F | スペイン | サッカーをやってみましょう。やったことのない方、女性の方、ぜひ来てください！<br>(かた じょせい かた／き) ⎡34⎤ | 800円<br>(えん) | 9月7日（日）<br>(がつなのか にち)<br>午前10時〜午後1時<br>(ごぜん じ ごご じ) |

第2回　言語知識〈文字・語彙〉　言語知識〈文法・読解〉　聴解

# 聴解 Listening／Nghe

♪ 理解のポイント Comprehension strategies／Điểm quan trọng để hiểu

🔑 ヒントになる言葉 Words that serve as clues／Từ trở thành gợi ý

❤ 役立つ言葉 Handy expressions／Những từ có ích

## 問題1（課題理解 Task-based comprehension／Hiểu vấn đề）

### 例 ♪ BPT_N4_2_04

病院の薬局で女の人が男の人に薬の説明をしています。男の人は今日の昼ご飯の後、どの薬を飲みますか。

F ：お薬が3種類あります。カプセルと白い丸い薬は一日3回、食事の後に飲んでください。それから、この袋に入った粉の薬は、朝と夜だけ、一日2回です。

M ：はい、じゃ、これから昼ご飯を食べますから、カプセルと白い丸い薬を飲めばいいですね。

F ：あ、でも今日は朝の薬を飲んでいませんから、昼ご飯の後は3種類全部飲んでください。

M ：はい、わかりました。

男の人は今日の昼ご飯の後、どの薬を飲みますか。

答え　4

### 1番 ♪ BPT_N4_2_05

男の人がケーキ屋の店員と話しています。男の人は何を買いますか。

M ：娘の誕生日なんですけど。どれにしようかな…。

F ：そうですねえ。この、いちごが乗っているケーキはどうでしょう。

M ：それもいいですねえ…。あ、あのチョコレートのケーキ、おいしそうですね。娘はチョコレートが好きだから…。あれにします。

F ：はい。では、ろうそくをお付けしますが、どちらになさいますか。長いのと短いのがあります。年齢と同じ数をお付けします。

M ：ああ、娘は8歳です。えーと、短いほうがかわいいですね。

F ：わかりました、ではこちらですね。

男の人は何を買いますか。

答え　3

いちごが乗っているケーキ cake topped with strawberries／bánh kem có dâu ở trên

あれにします。 I'll take that.／Tôi (quyết định) chọn cái kia.

（ケーキに）ろうそくをお付けします。 I'll add candles (to the cake).／Cắm nến (lên bánh kem) ※「お付けしま

す」は「付けます」の丁寧な言い方　お付けします is a polite form of 付けます.／"お付けします" là cách nói lịch sự của "付けます".

長いのと短いのがあります。 We have long ones and short ones.／Có loại dài và loại ngắn.

短いほうがかわいいですね。 The short ones are cuter.／Loại ngắn thì dễ thương hơn nhỉ.

💡 ～にします I'll take ~ (expressing one's choice)／quyết định ～

## 2番 ♫ BPT_N4_2_06

大学で、先生と男の学生がカレンダーを見ながら話しています。男の学生はいつまでにレポートを出しますか。

F：レポートは、3週間後の月曜日に出してください。えーと、今日は1日だから、この日ですね。

M：あの、先生、僕、姉の結婚式があって、前の週の金曜から月曜まで休むんですが…。

F：そうですか。では、その前に出してください。

M：あの、火曜日ではダメでしょうか。

F：締め切りは守ってください。頑張って、<u>休む前に書いてしまってください。</u>

M：わかりました。

男の学生はいつまでにレポートを出しますか。

## 答え　1

3週間後の月曜日に（レポートを）出してください。 Please turn it (the report) in on Monday three weeks from now.／Hãy nộp (bài báo cáo) vào ngày thứ hai của 3 tuần sau.

前の週の金曜から月曜まで休むんですが。 I plan to be off from the Friday of the week before to Monday.／Em nghỉ từ thứ sáu của tuần trước đó đến thứ hai nên.

休む前に（レポートを）書いてしまってください。 Please write it (the report) before taking off.／Hãy viết xong (bài báo cáo) trước khi nghỉ.

💡 レポートを出さないといけない日 the day on which the report must be turned in (i.e., the deadline)／Ngày phải nộp bài báo cáo = hạn chót：6月22日（月曜日）

学生が休む日 the day on which the student takes off／ngày người sinh viên nghỉ：6月19日（金曜日）から22日（月曜日）まで

❤ （学生が）宿題を出す (students) turn in homework/assignments／(sinh viên) nộp bài tập　cf. 先生が学生に宿題を出す The teacher assigns homework to the students／giáo viên ra bài tập cho sinh viên

締め切りを守る meet the deadline／giữ đúng hạn

## 3番 ♫ BPT_N4_2_07

日本語学校で、絵を描くゲームをしています。先生の問題を聞いて、学生は、どんな絵を描きますか。

M：今から私が言うとおりに描いてください。では、始めます。まず、丸を描いて、その下に四角を描きます。丸の上に、小さい三角を2つ描いてください。それから四角の下にも、小さい三角を2つ描きます。そして、最初の丸の中に、小さい丸を2つと、その下に、横に長い丸を1つ描きます。はい、じゃ、最後に口をつけてみてください。
先生の問題を聞いて、学生は、どんな絵を描きますか。

## 答え　2

丸を描いて、その下に四角を描きます。Draw a circle and then draw a square under it.／Vẽ vòng tròn, dưới đó vẽ hình vuông.

丸の上に、小さい三角を2つ描いてください。Draw two small triangles on top of the circle.／Trên hình tròn, hãy vẽ 2 hình tam giác nhỏ.

四角の下にも、小さい三角を2つ描きます。Also draw two small triangles under the square.／Dưới hình vuông cũng vẽ 2 hình tam giác nhỏ.

♪ 一度しか言わないので、注意して聞こう。特に「上」「下」が大切。The task is spoken only one time, so listen carefully. Pay extra attention to the words 上 and 下.／Vì chỉ nói một lần nên hãy chú ý để nghe. Đặc biệt quan trọng là "上", "下".

💡 丸＝○、四角＝□、三角＝△

# 4番　♪ BPT_N4_2_08

学校の事務室で女の人と男の人が話しています。男の人はどこから教科書を取りますか。
F：中野さん、隣の部屋の棚に、新しい教科書が置いてあるから持ってきてもらえる？
M：はい。どの棚ですか。
F：入口を入って、すぐ右の棚。その、一番下の段に置いてあるから。
M：わかりました。すぐ行きます。
F：あ、ごめんなさい。間違えた。一番下はコピー用紙だった。下から2番目にあるよ。
M：わかりました。入口を入って、右の棚ですね。
男の人はどこから教科書を取りますか。

## 答え　2

入口を入って、すぐ右の棚。The bookshelf on the right just inside the doorway.／Vào cửa, kệ bên phải ngay đó.

（棚の）一番下の段に（教科書が）置いてある。They're on the bottom shelf.／Có để ở hàng dưới cùng.

間違えた。I told you wrong. (lit., "I made a mistake.")／Tôi nhầm.

♪ 実際に自分が部屋の入口にいると考えよう。「入口を入って右」は絵の中のどちらの棚だろうか。また、一度間違えていることにも注意しよう。※「一番下の段」→「間違えた」→「下から2番目」

Picture yourself standing in the room's doorway. Which bookshelf in the illustrations is the one being referred to by "the bookshelf on the right just inside the doorway"? Also, be sure to notice the mistake that the woman made in her instructions.／Hãy nghĩ thực tế bản thân mình đang ở cửa vào căn phòng. "Vào cửa, bên phải" thì là kệ nào trong hình. Ngoài ra, hãy lưu ý cả việc bị nhầm một lần.

🔊 一番下／下から2番目

## 5番 ♬ BPT_N4_2_09

新しいクラスで、女の先生と男の留学生が話しています。男の留学生は、何を話しますか。

F：この内容で、皆さん、自己紹介をお願いします。

M：先生、すみません、全部話さなければなりませんか。

F：いいえ、話したいことだけでいいですよ。ジムさんは、何が話せますか。

M：そうですねえ。私は、家族のことと毎日の生活は、ちょっと。

F：じゃあ、それはいいですよ。他のことは、全部大丈夫ですか。

M：はい、他は全部話します。

男の留学生は、何を話しますか。

## 答え　4

話したいことだけでいいですよ。You can just say the things you want to say.／Chỉ là chuyện muốn nói cũng được.

私は、家族のことと毎日の生活は、ちょっと。I'd rather not talk about my family and my daily life.／Em thì chuyện gia đình và đời sống hằng ngày thì hơi.

♩ この問題は文字を読んで選ぶ。会話を聞く前に文字の意味を理解すれば、落ち着いて会話を聞くことができる。In this problem you need to select the answer from written choices. If you read those choices and understand them before the dialogue plays, you'll be able to listen to it more confidently.／Câu hỏi này là đọc chữ và chọn. Nếu hiểu được ý nghĩa của chữ trước khi nghe hội thoại thì có thể bình tĩnh nghe đoạn hội thoại.

💡 ～は、ちょっと I'd rather not ~／~ thì hơi ...

💟 ～はいいです You don't need to ~／~ thì không cần

## 6番 ♬ BPT_N4_2_10

会社で男の人と女の人が話しています。女の人は今からすぐ何をしますか。

M：よし、じゃあプロジェクトの企画内容、だいたい決まったね。パソコンをしまって、と。ご苦労さま。じゃあ片付けようか。たくさん資料を使ったからね。

F：そうですね。じゃあ、この本や雑誌を資料室に運びます。

M：あ、それは重いから、僕がやるよ。山川さんは、いすを元に戻してくれる？

F：はい。あの、社長に、終わったことを報告しなくていいですか。私、電話しましょうか。

M：あ、そうだね。それを今すぐやらないといけないね。じゃあ、お願いします。

F：はい。

女の人は今からすぐ何をしますか。

## 答え　4

この本や雑誌を資料室に運びます。I'll take these books and magazines to the reference room.／Tôi sẽ khiêng sách và tạp chí này đến phòng tư liệu.

いすを元に戻してくれる？ Could you put the chairs back where they were?／Trả ghế về lại chỗ cũ giùm tôi được không?

社長に、（打ち合わせが）終わったことを報告しなくていいですか。Should I tell the president that it (the meeting) has ended.／Không báo cáo với giám đốc (việc bàn bạc) đã xong rồi cũng được à?

それを今すぐやらないといけないね。That's something we have to do right away.／Phải làm chuyện đó ngay bây giờ nhỉ.

♪順番を聞く問題。「すぐ」「今すぐ」という言葉に注意。This problem asks about the order of actions, so pay attention to the words すぐ and 今すぐ／Câu hỏi về thứ tự. Lưu ý những từ như "すぐ", "今すぐ".

♡〜をしまう put away 〜／cất 〜, đặt 〜　例 スマホをバッグにしまう。I'll put my smartphone in my bag.／Cất điện thoại thông minh vào túi xách.　片付ける clean up; put away／dọn dẹp　例 部屋を片付ける clean up a room／dọn phòng

## 7番 ♫ BPT_N4_2_11

留守番電話のメッセージを聞いています。明日、何時に待ち合わせの場所に行きますか。

F：もしもし、中村です。すみませんが、明日の待ち合わせの時間、変えてもらいたいんですがいいですか。3時の予定だったけど、4時でお願いします。病院の予約が2時になって、間に合わないと思うから。映画は4時半からで、もう席は予約してあるから大丈夫です。映画を見た後に、食事しようね。じゃあ、明日。

明日、何時に待ち合わせの場所に行きますか。

答え　3

3時の予定だったけど、4時でお願いします。We had planned to meet at 3 o'clock, but I'd like to change it to four.／Dự định là 3 giờ nhưng vui lòng đổi thành 4 giờ.

♪時間がたくさん出てくる。注意して聞こう。Many different times are mentioned, so be sure to listen carefully.／Thời gian xuất hiện nhiều. Hãy chú ý nghe.

💡〜の予定だったけど、〜でお願いします：予定を変えている。This expression is used to change an appointment or plan.／Thay đổi dự định.

♡待ち合わせ meeting／hẹn gặp　間に合う be on time／kịp giờ, đúng giờ

## 8番 ♫ BPT_N4_2_12

会社で男の人と女の人が話しています。女の人は今度の土曜日、何を持っていきますか。

M：今度の土曜日、会社の近くのジムへ行くんです。走ったり、ヨガのレッスンに出たりします。いつもは2000円なんですが、その日は特別サービスで、1000円なんです。一緒に行きませんか。

F：あ、スポーツ、いいですね。ええ、行きます。えーと、持ち物は、何がいりますか。

M：えーと、運動用の服と、タオル、ですね。靴、ありますか。

F：いえ、運動用の靴はないんですが。

M：あ、じゃあジムで借りられますから、大丈夫ですよ。

F：じゃ、お金と、その必要な持ち物、持っていきます。

女の人は今度の土曜日何を持っていきますか。

## 答え　1

いつもは2000円なんですが、その日は特別サービスで、1000円なんです。It always costs 2,000 yen, but on that day they'll charge a special rate of 1,000 yen.／Bình thường luôn là 2.000 yên nhưng hôm đó có khuyến mãi đặc biệt, 1.000 yên thôi.

ジムで（運動用の靴を）借りられますから、大丈夫ですよ。You can borrow some (workout shoes) at the gym, so that's no problem.／Vì có thể mượn (giày để tập) ở phòng gym nên không sao đâu.

💡 いつもは～／その日は～：「いつも」と「その日」が違うことに注意。Note the difference between いつも and その日／Lưu ý "いつも" và "その日" khác nhau.

🔑 ～用の… ... for ～／...dùng để ~, ... dành cho ~　例 仕事用のパソコン a computer for work／máy tính dùng để làm việc　子供用の自転車 a children's bicycle／xe đạp dành cho trẻ em

### 問題2（ポイント理解 Point comprehension／Hiểu điểm quan trọng）

例　♫ BPT_N4_2_14

日本語学校で男の留学生と女の留学生が話しています。女の留学生はどうしてこの学校を選びましたか。女の留学生です。

M：リンさんはどうしてこの学校を選びましたか。

F：国で、この学校を卒業した人たちから、<u>とてもいい学校だと聞きましたから。</u>

M：そうですか。授業料は高くないですか。

F：少し高いですね。でもそれはあまり問題じゃありません。タンさんはどうしてこの学校を選びましたか。

M：僕は、いい先生が多いと聞きましたから。それから場所も便利です。

F：ああ、そうですか。

女の留学生はどうしてこの学校を選びましたか。

## 答え　1

### 1番　♫ BPT_N4_2_15

会社で男の人と女の人が話しています。女の人は昨日、何をしたと言っていますか。昨日です。

M：レイさん、引っ越しするんですか。

F：ええ、そうなんです。今日、引っ越しセンターの人と打ち合わせしました。

M：そうですか。

F：ええ、昨日は、新しいアパートの大家さんと話しました。とてもいい人でした。

M：そうですか。荷物の準備はできましたか。

F：いいえ、まだです。今日、します。それから、そうじもしなければなりません。

M：いろいろ大変ですね。手伝いましょうか。

F：本当ですか。助かります。

女の人は昨日、何をしたと言っていますか。

## 答え　2

今日、引っ越しセンターの人と打ち合わせしました。I met with a person from the movers today.／Hôm nay, tôi đã trao đổi với người của trung tâm chuyển nhà.

昨日は、新しいアパートの大家さんと話しました。I spoke with the landlord of my new apartment yesterday.／Hôm qua tôi đã nói chuyện với chủ nhà căn hộ mới.

♪「昨日したこと」と「今日すること」がある。どちらを答えなければならないか、質問をよく聞こう。The woman mentions what she did yesterday and what she'll do today, so you need to listen to the question carefully to make sure you answer it right.／Có việc hôm qua đã làm và việc hôm nay làm. Hãy nghe kỹ câu hỏi để biết phải trả lời việc nào.

♥助かります　That would be a big help／may quá, đỡ quá：手伝ってもらう人に感謝の気持ちを表す。Expresses gratitude to someone for offering assistance.／Thể hiện lòng biết ơn với người giúp đỡ mình.

## 2番 ♬ BPT_N4_2_16

日本に住んでいる外国人が話しています。どの季節が一番好きだと言っていますか。

M：日本は、春・夏・秋・冬の違いがとても大きいです。春と秋は気温もちょうどよくて、気持ちがいい季節です。夏は暑いですが、海や山で遊ぶのにいいですね。冬は、寒くてあまり好きじゃないという人が多いですよね。でも私は、一番好きです。私の国は南の方にあるので、寒くないし雪も降りません。日本の冬は寒いですが、とてもきれいだと思うし、いろいろなイベントがあるので、楽しいです。

どの季節が一番好きだと言っていますか。

## 答え　4

冬は、寒くてあまり好きじゃないという人が多いですよね。でも私は、(冬が)一番好きです。Many people don't care much for winter and the cold it brings. But, I like it (winter) the most.／Vì mùa đông lạnh nên có nhiều người không thích lắm nhỉ. Nhưng tôi thích (mùa đông) nhất.

🔊「私は、一番好きです」と言っているところがポイント。どの季節のことなのか聞き取る。The focus of this problem is 私は、一番好きです, so pay close attention to which season the speaker says is his favorite.／Điểm quan trọng là chỗ nói "私は、一番好きです". Nghe xem là thích mùa nào.

## 3番 ♫ BPT_N4_2_17

男の人と女の人が話しています。男の人はどうして待ち合わせに遅れましたか。

M：ごめんごめん、お待たせ。

F：どうしたの？ 電車が遅れた？

M：いや、そこの店で買い物していたんだけど。

F：ああ、店が込んでいたんでしょう。

M：込んでいたけど、それは遅れた理由じゃないんだ。…はいこれ、プレゼント。

F：え！ わー、どうもありがとう。すごくきれいに包んである！

M：だろう？ 丁寧にやってくれたんだよ。それに時間がかかって。

F：じゃあ、…許してあげる。でも、今度から遅れる時は電話してよね。

M：わかった。

男の人はどうして待ち合わせに遅れましたか。

### 答え　3

すごくきれいに包んである！ It (the gift) is so beautifully wrapped!／(Món quà) Gói đẹp quá đi!

丁寧にやってくれたんだよ。それに時間がかかって。 They (the shop staff) carefully wrapped it up for me. That took up a lot of time./（Người của cửa tiệm) Đã gói rất cẩn thận đấy. Chưa kể còn tốn thời gian.

💡 それに時間がかかって＝プレゼントを包んでもらうのに時間がかかって

♥ ごめん：親しい人に謝る時に使う。「ごめんなさい」も同じ。 Used to apologize to close acquaintances, as is ごめんなさい／Sử dụng khi xin lỗi với người thân thiết. "ごめんなさい" cũng giống vậy.

お待たせ：「お待たせしました」と同じ意味。親しい人に対して使う。 Means the same as お待たせしました。 Used for close acquaintances./Có nghĩa giống với "お待たせしました". Sử dụng với người thân thiết.

丁寧に：この会話の場合は「時間をかけて、きちんと」 In situations such as the one here, this expression means to do take one's time to do something carefully./Trường hợp đoạn hội thoại này là "dành thời gian, gói đàng hoàng"

## 4番 ♫ BPT_N4_2_18

スーパーの放送を聞いています。食品は、何曜日に安くなりますか。食品です。

M：ご来店のお客様に、1割引きサービスのお知らせをいたします。曜日によってサービスの品物が違います。本日、土曜日は食品です。えー、野菜や肉です。明日、日曜日は食品と洗濯用品、月曜日と火曜日は化粧品、水曜日と木曜日はお風呂用品です。そして、金曜日はどの商品も1割引きになります。金曜日、全部の商品です。大勢のお客様のご利用を心よりお待ちしております。

食品は、何曜日に安くなりますか。

### 答え　1

土曜日は食品です。 Saturday is food day (food is on sale)./Thứ bảy là thực phẩm (thực phẩm sẽ rẻ).

<ruby>日曜日<rt>にちようび</rt></ruby>は<ruby>食品<rt>しょくひん</rt></ruby>と<ruby>洗濯用品<rt>せんたくようひん</rt></ruby> Sunday is food and laundry product day (food/laundry products are on sale).／Chủ nhật là thực phẩm và vật dụng giặt giũ (sẽ rẻ)

<ruby>金曜日<rt>きんようび</rt></ruby>はどの<ruby>商品<rt>しょうひん</rt></ruby>も１<ruby>割引<rt>わりび</rt></ruby>きになります。On Fridays, all items are 10% off.／Thứ sáu thì sản phẩm nào cũng giảm 10%.

♪ <ruby>質問<rt>しつもん</rt></ruby>で「<ruby>食品<rt>しょくひん</rt></ruby>です」と<ruby>言<rt>い</rt></ruby>っているのを、きちんと<ruby>聞<rt>き</rt></ruby>き<ruby>取<rt>と</rt></ruby>ろう。Be sure to notice that the question is asking about food.／Hãy nghe kỹ câu hỏi nói "<ruby>食品<rt>しょくひん</rt></ruby>です".

♀ どの<ruby>商品<rt>しょうひん</rt></ruby>も all items／sản phẩm nào cũng

♥ ～によって…が<ruby>違<rt>ちが</rt></ruby>う　例 <ruby>郵便<rt>ゆうびん</rt></ruby>は、<ruby>重<rt>おも</rt></ruby>さによって<ruby>値段<rt>ねだん</rt></ruby>が<ruby>違<rt>ちが</rt></ruby>います。Postage varies depending on the weight.／Bưu kiện thì tùy trọng lượng mà giá khác nhau.

# 5<ruby>番<rt>ばん</rt></ruby>　♪ BPT_N4_2_19

<ruby>女<rt>おんな</rt></ruby>の<ruby>留学生<rt>りゅうがくせい</rt></ruby>と<ruby>男<rt>おとこ</rt></ruby>の<ruby>留学生<rt>りゅうがくせい</rt></ruby>が<ruby>話<rt>はな</rt></ruby>しています。<ruby>男<rt>おとこ</rt></ruby>の<ruby>留学生<rt>りゅうがくせい</rt></ruby>は<ruby>空港<rt>くうこう</rt></ruby>の<ruby>係<rt>かかり</rt></ruby>の<ruby>人<rt>ひと</rt></ruby>について、どんなことがうれしかったと<ruby>言<rt>い</rt></ruby>っていますか。<ruby>男<rt>おとこ</rt></ruby>の<ruby>留学生<rt>りゅうがくせい</rt></ruby>です。

F：<ruby>日本人<rt>にほんじん</rt></ruby>はすごく<ruby>丁寧<rt>ていねい</rt></ruby>だと<ruby>思<rt>おも</rt></ruby>わない？ <ruby>空港<rt>くうこう</rt></ruby>にいると、<ruby>特<rt>とく</rt></ruby>にそう<ruby>思<rt>おも</rt></ruby>う。<ruby>係<rt>かかり</rt></ruby>の<ruby>人<rt>ひと</rt></ruby>の<ruby>話<rt>はな</rt></ruby>し<ruby>方<rt>かた</rt></ruby>がとても<ruby>丁寧<rt>ていねい</rt></ruby>で、<ruby>気持<rt>きも</rt></ruby>ちがいいよね。

M：そうだよね。あ、そういえば、<ruby>空港<rt>くうこう</rt></ruby>の、<ruby>預<rt>あず</rt></ruby>けた<ruby>荷物<rt>にもつ</rt></ruby>を<ruby>受<rt>う</rt></ruby>け<ruby>取<rt>と</rt></ruby>る<ruby>所<rt>ところ</rt></ruby>に<ruby>係<rt>かかり</rt></ruby>の<ruby>人<rt>ひと</rt></ruby>がいるじゃない、<ruby>時々<rt>ときどき</rt></ruby>？ その<ruby>人<rt>ひと</rt></ruby>が、<u><ruby>客<rt>きゃく</rt></ruby>の<ruby>荷物<rt>にもつ</rt></ruby>をすごく<ruby>丁寧<rt>ていねい</rt></ruby>に<ruby>持<rt>も</rt></ruby>ってくれる</u>んだよね。<ruby>僕<rt>ぼく</rt></ruby>、それ<ruby>見<rt>み</rt></ruby>て、<u>すごくうれしかったよ</u>。

F：ああ、ほんと、そうよね。

M：インターネットで<ruby>見<rt>み</rt></ruby>たんだけど、<ruby>係<rt>かかり</rt></ruby>の<ruby>人<rt>ひと</rt></ruby>は、<ruby>荷物<rt>にもつ</rt></ruby>を<ruby>運<rt>はこ</rt></ruby>ぶ<ruby>時<rt>とき</rt></ruby>、<ruby>赤<rt>あか</rt></ruby>ちゃんを<ruby>抱<rt>だ</rt></ruby>くように<ruby>運<rt>はこ</rt></ruby>ぶそうだよ。

F：へえー。すごい。だから<ruby>丁寧<rt>ていねい</rt></ruby>なのね。

<ruby>男<rt>おとこ</rt></ruby>の<ruby>留学生<rt>りゅうがくせい</rt></ruby>は<ruby>空港<rt>くうこう</rt></ruby>の<ruby>係<rt>かかり</rt></ruby>の<ruby>人<rt>ひと</rt></ruby>について、どんなことがうれしかったと<ruby>言<rt>い</rt></ruby>っていますか。

## <ruby>答<rt>こた</rt></ruby>え　3

<ruby>荷物<rt>にもつ</rt></ruby>を<ruby>受<rt>う</rt></ruby>け<ruby>取<rt>と</rt></ruby>る<ruby>所<rt>ところ</rt></ruby>に<ruby>係<rt>かかり</rt></ruby>の<ruby>人<rt>ひと</rt></ruby>がいるじゃない、<ruby>時々<rt>ときどき</rt></ruby>？ Aren't there attendants at the baggage pickup sometimes?／Chẳng phải thỉnh thoảng ở chỗ nhận hành lý có người phụ trách sao?

<ruby>客<rt>きゃく</rt></ruby>の<ruby>荷物<rt>にもつ</rt></ruby>をすごく<ruby>丁寧<rt>ていねい</rt></ruby>に<ruby>持<rt>も</rt></ruby>ってくれるんだよね。They hand over your baggage really carefully.／Họ khiêng hành lý của khách cực kỳ cẩn thận nhỉ.

<ruby>僕<rt>ぼく</rt></ruby>、それ（＝<ruby>客<rt>きゃく</rt></ruby>の<ruby>荷物<rt>にもつ</rt></ruby>を<ruby>丁寧<rt>ていねい</rt></ruby>に<ruby>持<rt>も</rt></ruby>つこと）<ruby>見<rt>み</rt></ruby>て、すごくうれしかったよ。I was very happy to see that.／Tôi nhìn thấy cảnh đó và thấy vui cực kỳ.

♀ <ruby>男<rt>おとこ</rt></ruby>の<ruby>人<rt>ひと</rt></ruby>が「それ<ruby>見<rt>み</rt></ruby>て、すごくうれしかった」と<ruby>言<rt>い</rt></ruby>っている。「それ」が<ruby>何<rt>なに</rt></ruby>かを<ruby>聞<rt>き</rt></ruby>き<ruby>取<rt>と</rt></ruby>ろう。Listen for what the man is referring to by それ in his comment それ<ruby>見<rt>み</rt></ruby>てすごくうれしかった.／Người đàn ông nói "それ<ruby>見<rt>み</rt></ruby>てすごくうれしかった". Hãy nghe "それ" là gì.

　<ruby>赤<rt>あか</rt></ruby>ちゃんを<ruby>抱<rt>だ</rt></ruby>くように<ruby>運<rt>はこ</rt></ruby>ぶ They carry it like how you would cradle a baby.／Khiêng như bế em bé：「～ように」と<ruby>言<rt>い</rt></ruby>っているので、<ruby>実際<rt>じっさい</rt></ruby>に<ruby>赤<rt>あか</rt></ruby>ちゃんを<ruby>抱<rt>だ</rt></ruby>いているのではない。Note that the ～ように indicates that they do not actually carry babies.／Vì nói là "～ように" nên không phải là đang bế em bé thật.

♥ <ruby>思<rt>おも</rt></ruby>わない？ Don't you think?／thấy đúng không? / nghĩ vậy không?　～じゃない？ Isn't it?／chẳng phải ~ sao? /

là ~ nhỉ?　※否定ではないことに注意。Note that these are not used in the negative sense.／Lưu ý rằng không phải có nghĩa phủ định.　例 明日、田中さんの誕生日じゃない？Tomorrow is Tanaka-san's birthday, isn't it?／Chẳng phải mai là sinh nhật của Tanaka-san sao? / Mai là sinh nhật của Tanaka-san nhỉ?

　～ように…する do ... like ~／làm ... như ~：何かを他の物に例えて言う時に使う。Used to describe something by likening it to something else.／Sử dụng khi lấy việc gì đó làm ví dụ cho việc khác.　例 友達は外国人ですが、日本人のように日本語を話します。My friend is from another country, but she speaks Japanese like a native.／Bạn tôi là người nước ngoài nhưng nói tiếng Nhật như người Nhật.

## 6番 ♬ BPT_N4_2_20

美容院で美容師と女の客が話しています。女の客は、次にいつ美容院に来ますか。

M：はい、終わりました。いかがですか。

F：あ、いいですね。私、6か月も来なかったから、髪の毛、すごく長くなっていましたよね。次は3か月後ぐらいに来たほうがいいですね。

M：そうですね。今は5月ですから、8月頃いらっしゃれますか。

F：ああ、8月は夏休みだから、時間があります。

M：では、お待ちしています。ありがとうございました。

女の客は、次にいつ美容院に来ますか。

### 答え　4

次は3か月後ぐらいに来たほうがいいですね。I suppose I should schedule my next visit for around three months from now.／Lần tới nên đến sau 3 tháng nhỉ.

8月頃いらっしゃれますか。Would you be able to come around August?／Khoảng tháng 8 chị đến được không?

♪「～か月」と「～月」の違いを正しく聞き取ろう。Be sure not to miss the distinction between ～か月 and ～月.／Hãy nghe chính xác sự khác nhau giữa "～か月" và "～月".

❤ ～か月後＝今から～か月あと ~ months from now／sau ~ tháng tính từ bây giờ

　いらっしゃれる：「いらっしゃる」の可能形 Potential form of いらっしゃる／thể khả năng của "いらっしゃる"

　cf. いらっしゃる：「来る」「行く」「いる」の尊敬語 Honorific form of 来る, 行く, and いる.／từ kính ngữ của "来る", "行く", "いる"

　お待ちしています：会うのを楽しみに待っている気持ちを表す。Expresses that one is looking forward to seeing the listener again.／Diễn tả cảm giác vui vẻ mong chờ việc gặp nhau.

## 7番 ♬ BPT_N4_2_21

男の人と女の人が話しています。女の人は、どうしてみどりマートがいいと言っていますか。

M：外国の友達に日本のお土産を買いたいんだ。どこかいい店知らない？

F：そうだねえ。さくらデパートかみどりマートかな。さくらデパートは駅のすぐそばだから便利。だけど、みどりマートのほうがいいと思う。

M：へえ。どうして？

F：品物の種類が多いんだよ。いろいろあって、見ているだけで楽しいよ。

M：そうなんだ。値段はどう？

F：うーん、まあどちらも同じぐらい。みどりマート、週末はすごく込んでいるけどね。

M：月曜に行くから、大丈夫。ありがとう。

女の人は、どうしてみどりマートがいいと言っていますか。

## 答え　2

（みどりマートは）品物の種類が多いんだよ。見ているだけで楽しいよ。They (Midori Mart) have all sorts of things. It's fun just to browse.／(Midori Mart) nhiều loại hàng hóa lắm đấy. Chỉ xem thôi cũng vui rồi.

♪「どうして」の後に理由が続く。注意して聞こう。どうして is followed by the reason, so pay close attention.／Lý do sẽ đi sau "どうして". Hãy chú ý nghe.

♥ 〜だけで楽しい／いい／大丈夫 just 〜 is fun/fine/okay／chỉ 〜 cũng vui / tốt / ổn　例 あなたと一緒にいるだけで楽しくなります。It's fun just being with you.／Chỉ ở cùng bạn thôi cũng thấy vui rồi.

---

### 問題3（発話表現 Utterance expressions／Diễn đạt bằng lời）

### 例　♪ BPT_N4_2_24

先生に明日までに宿題を出しなさいと言われました。先生に何と言いますか。

M：1．はい、ありがとうございます。

　　2．はい、わかります。

　　3．はい、わかりました。

## 答え　3

### 1番　♪ BPT_N4_2_25

男の人の背中を見て言っています。何と言いますか。You are looking at a man's back as you talk to him. What do you say?／Nhìn lưng người đàn ông và nói. Bạn sẽ nói

F：1．何かついていますよ。You have something on your back.／Có dính cái gì đó.

　　2．何かつけてみますか。Do you want to try to put something on it?／Gắn thử cái gì đó nhé?

　　3．何がつきますか。What comes with it?／Dính cái gì?

## 答え　1

♪「何か」と「何が」の音の違いを聞き取る。Listen carefully for the difference in sound between 何か and 何が.／Nghe ra sự khác nhau trong phát âm "何か" và "何が".

💡 ついています　例 お弁当に小さい醤油がついています。The *bento* comes with a small packet of soy sauce.／Trong hộp cơm có kèm bịch nước tương nhỏ.

## 2番 ♫ BPT_N4_2_26

書き終わったレポートを先生にわたします。何と言いますか。You are handing a report you finished to your teacher. What do you say?／Trao bài báo cáo đã viết xong cho giáo viên. Bạn sẽ nói gì?

M：1. 先生、レポートをさしあげます。Mr. X, this report is for you.／Thưa thầy / cô, em biếu bài báo cáo ạ.

2. 先生、レポートを受け取っていいですか。Mr. X, may I take the report?／Thưa thầy / cô, em nhận bài báo cáo được không ạ?

3. 先生、レポートです。よろしくお願いします。Mr. X, here is my report. Please read it.／Thưa thầy / cô, đây là bài báo cáo. Mong thầy

## 答え　3

♫ 先生にチェックしてもらうレポートなので「よろしくお願いします」と言ってわたす。Since the teacher is going to check the report, よろしくお願いします would be the right thing to say when handing it in.／Vì là bài báo cáo sẽ được giáo viên kiểm tra nên nói "よろしくお願いします" khi nộp.

💡 さしあげます：「あげる」の尊敬語。課題のレポートや宿題をわたす時は使わない。Honorific form of あげる. It is not used when handing someone a report or homework assignment.／Từ kính ngữ của "あげる". Không sử dụng khi nộp báo cáo đề tài hay bài tập.

〜て（も）いいですか：自分がすることについて許可を求める言い方。Used to ask for permission to do something.／Cách nói xin phép về việc mình sẽ làm.

## 3番 ♫ BPT_N4_2_27

テレビの音がうるさいです。何と言いますか。You think the TV is too loud. What do you say?／Tiếng tivi ồn ào. Bạn sẽ nói gì?

F：1. 音を小さくしてもいいよ。You can turn down the volume.／Vặn nhỏ tiếng lại cũng được đó.

2. 音を小さくしてもらえる？Could you turn down the volume?／Có thể vặn nhỏ tiếng lại giùm tôi được không?

3. 音を小さくするの？You're turning down the volume?／Vặn nhỏ tiếng lại à?

## 答え　2

💡 〜てもらえる？：「〜てもらえますか」の親しい人に言う時の形。Casual form of 〜てもらえますか.／Hình thức khi nói "〜てもらえますか" với người thân thiết.

## 4番 ♫ BPT_N4_2_28

ホテルのシャワーが壊れています。何と言いますか。The shower in your hotel room is broken. What do you say?／Vòi sen của khách sạn bị hỏng. Bạn sẽ nói gì?

M：1．シャワー、働けないんですが。The shower can't do any work.／Vòi sen không làm việc được.

2．シャワーのお湯、出さないんですが。The shower's hot water doesn't let it out.／Nước nóng của vòi sen, không đưa ra...

3．シャワーのお湯、出ないんですが。Hot water doesn't come out of the shower.／Nước nóng của vòi sen không chảy.

**答え　3**

💡 お湯が出ない：自動詞の否定形(この場合、自動詞「出る」の否定形「出ない」)は、「そうしようとしてもできない」という意味でよく使われる。The negative form of an intransitive verb (here, 出ない is the negative form of the intransitive verb 出る) is often used to express that something doesn't function in the way the speaker wishes.／Hình thức phủ định của tự động từ (trường hợp này là thể phủ định "出ない" của tự động từ "出る") thường được sử dụng với nghĩa "muốn làm vậy cũng không thể".　例 窓が開かない the window won't open／cửa sổ không mở　電気がつかない the lights won't turn on／đèn không sáng

## 5番 ♬ BPT_N4_2_29

オフィスにお客さんが来ました。何と言いますか。A client has arrived at your office. What do you say?／Khách đến văn phòng. Bạn sẽ nói gì?

F：1．どんなご用でしょうか。How may I help you?／Quý khách có việc gì ạ?

2．手伝いましょうか。Shall I give you a hand?／Tôi giúp đỡ nhé.

3．何ができますか。What can you do?／Tôi có thể làm gì?

**答え　1**

💡 どんなご用でしょうか：お客さんに用件を聞く時の丁寧な形 Polite expression used to ask customers what they need.／hình thức lịch sự khi hỏi khách có việc gì

## 問題4 (即時応答 Quick response／Trả lời nhanh)

### 例 ♬ BPT_N4_2_31

M：3時のバスは、もう出ましたか。

F：1．はい、バスは来ませんでした。

2．いえ、まだです。

3．出てもいいですよ。

**答え　2**

## 1番 ♫ BPT_N4_2_32

F：これ、お土産です。どうぞ。This is a souvenir for you. I hope you like it.／Đây, quà của anh đây. Mời anh.

M：1．え、さしあげるんですか。ありがとうございます。Oh, do I give this to someone? Thank you very much.／Ơ, tôi biếu à? Cảm ơn nhé.

2．え、いただくんですか。ありがとうございます。Oh, do I receive this? Thank you very much.／Ơ, tôi nhận à? Cảm ơn nhé.

3．え、いただけるんですか。ありがとうございます。Oh, is this for me? Thank you very much.／Ơ, tôi có thể nhận sao? Cảm ơn nhé.

### 答え　3

💡 さしあげる（あげる）Honorific form of "(I) give (someone something)."／biếu / tặng (cho)
いただく（もらう）Honorific form of "(I) receive (something from someone)."／xin / nhận (nhận)
くださる（くれる）Honorific form of "(Someone) gives (me something)."／ban / cho (cho tôi)
いただける：「いただく」の可能形 Potential form of いただく．／thể khả năng của "いただく"

## 2番 ♫ BPT_N4_2_33

M：雨が降ってきましたよ。よかったら、この傘を使ってください。It's starting to rain. Please use this umbrella, if you like.／Mưa rồi đấy. Nếu không ngại, chị dùng cái dù này đi.

F：1．ありがとうございます。Thank you so much.／Cảm ơn anh.

2．どういたしまして。You are welcome.／Không có chi.

3．おかげさまで。Thanks for asking.／Ơn trời.

### 答え　1

💙 よかったら、〜てください＝あなたが必要なら、〜てください If you need it, please ～／nếu bạn cần, hãy ～

## 3番 ♫ BPT_N4_2_34

F：レオンさん、どうやってここまで来たんですか。How did you get here, Leon-san?／Anh Leon, anh đã đến đây bằng cách nào?

M：1．ここに来たのは、これが初めてです。This is my first time to come here.／Tôi đến đây, cái này là lần đầu tiên.

2．友達の車に乗せてもらいました。A friend gave me a ride in his car.／Tôi được bạn chở bằng xe hơi.

3．友達が楽しいと言っていたからです。I came because a friend said it was fun.／Vì bạn tôi nói vui.

## 答え　2

💡 どうやって：方法や手段を聞く言い方。Expression for asking how to do something.／cách hỏi phương pháp và phương tiện　※この会話では「何で」と同じ意味。Here, it has the same meaning as 何で.／trong đoạn hội thoại này có nghĩa giống với "何で"

### 4番　♫ BPT_N4_2_35

M：山田さんのケータイの番号、わからない？ Do you know Yamada-san's cell phone number?／Chị có biết số di động của Yamada-san không?

F：1．そうですか、知らなかったんですか。Oh, you didn't know?／Vậy à, anh không biết sao?

　　2．じゃあ、電話してください。Well, then, give her a call.／Vậy hãy gọi điện đi.

　　3．あ、ここに書いてあります。Oh, it's written here.／À, có viết ở đây.

## 答え　3

💡 わからない？＝わかりませんか。Do you know?／Không biết à? / có biết không?　※この会話では「教えてください」という意味。Here, it means "please tell me (the phone number)."／Trong đoạn hội thoại này có nghĩa là hãy cho tôi biết.

### 5番　♫ BPT_N4_2_36

F：この写真いいですね。友達に見せてもいいですか。This is a nice photo. Can I show it to a friend?／Bức ảnh này đẹp nhỉ. Tôi cho bạn tôi xem được không?

M：1．いやー、見せないでください。No, please don't show it.／Không, đừng cho xem.

　　2．いいえ、見えません。No, I can't see it.／Không, không thấy được.

　　3．はい、見せたことがあります。Yes, I've shown it before.／Vâng, từng cho xem.

## 答え　1

💡 ～てもいいですか：相手に許可を求める言い方。Used to ask for permission. 答え方は「はい、～てもいいです」「いいえ、～ないでください／～てはいけません」The response would be worded as はい、～てもいいです or いいえ、～ないでください／～てはいけません.／Cách nói xin phép với người đối diện. Cách trả lời là "はい、～てもいいです", "いいえ、～ないでください／～てはいけません".

### 6番　♫ BPT_N4_2_37

M：この店、いつもうるさいと聞きましたが、静かじゃないですか。I heard this place is always noisy, but it's quiet, don't you think?／Cái tiệm này, tôi nghe nói lúc nào cũng ồn ào nhưng yên tĩnh đấy chứ.

F：1．うるさくてすみません。I'm sorry it's so noisy.／Xin lỗi vì ồn ào.

2. 今日は静かですね。 It's quiet today, for sure./Hôm nay yên tĩnh nhỉ.

3. 静かじゃなくてもいいですか。 You don't mind if it's not quiet?/Không yên tĩnh cũng được chứ?

## 答え　2

💡 〜じゃないですか＝〜ですね　※ここでは「じゃない」は否定の意味ではない。Note that じゃない is not used in the negative sense here./"じゃない" ở đây không có nghĩa phủ định.　例 上手じゃないですか＝上手ですね　いいじゃないですか＝いいですね

❗ 音に注意「しずかじゃないですか」:「しずか」が強調され、「〜じゃないですか」の部分は低い。静か is stressed, while 〜じゃないですか is spoken softer./"静か" được nhấn mạnh, phần "〜じゃないですか" thấp.

❤ 静かじゃないです It's not quiet here./Không yên tĩnh.:「静か」より「じゃない」のほうが強調される。Greater stress is placed on じゃない than on 静か./"じゃない" được nhấn mạnh hơn so với "静か".

## 7番 ♬ BPT_N4_2_38

F：漢字をもっと勉強すれば、日本語を書くのが上手になりますよ。 You'll get better at writing Japanese if you study kanji more./Nếu học chữ Hán nhiều hơn nữa, sẽ viết tiếng Nhật giỏi lên đó.

M：1. そうですよね。勉強します。 That's true. I'll study them./Đúng vậy nhỉ, tôi sẽ học.

2. ええ、上手になってよかったです。 Yes, it's great that I've improved./Vâng, may là đã giỏi lên.

3. そうですか。残念ですね。 Really? That's too bad./Vậy à, tiếc nhỉ.

## 答え　1

💡 Aすれば、Bなります＝Bなるためには、Aすることが必要です。 A needs to be done in order for B to occur./Để trở nên B thì cần làm A.

## 8番 ♬ BPT_N4_2_39

M：このペンは、ちょっと書きにくいですね。 It's a little hard to write with this pen./Cây bút này hơi khó viết một chút nhỉ.

F：1. いいえ、そんなに高くありません。 No, it's not that expensive./Không, không đắt lắm đâu.

2. ええ、とてもいいペンなんですよ。 Yes, it's a very good pen./Vâng, cây bút tốt lắm đấy.

3. じゃあ、これと替えましょうか。 Well, then, how about this one instead?/Vậy đổi với cái này xem.

## 答え　3

💡 〜にくい is hard to 〜/khó 〜　例 このハンバーガーは大きくて、食べにくい。 字が汚くて、読みにくい。⇔ 〜やすい is easy to 〜/dễ 〜　例 小さく切ってあるので、食べやすい。 きれいに書いてあるので、読みやすい。

# 採点表 Scoresheet／Bảng tính điểm N4 第2回

## 得点区分別得点 Scores by scoring section／Tính điểm theo từng phần riêng

### 言語知識（文字・語彙）Language Knowledge (Vocabulary) Kiến thức Ngôn ngữ (Từ vựng)

| 大問 Question Câu hỏi lớn | 配点 Points Thang điểm | 正解数 Correct Số câu đúng | 得点 score Số điểm đạt được |
|---|---|---|---|
| 問題1 | 1点×9問 | | /9 |
| 問題2 | 1点×6問 | | /6 |
| 問題3 | 1点×10問 | | /10 |
| 問題4 | 1点×5問 | | /5 |
| 問題5 | 2点×5問 | | /10 |

### 言語知識（文法）・読解 Language Knowledge (Grammar)・Reading Kiến thức Ngôn ngữ (Ngữ pháp)・Đọc hiểu

| 大問 Question Câu hỏi lớn | 配点 Points Thang điểm | 正解数 Correct Số câu đúng | 得点 score Số điểm đạt được |
|---|---|---|---|
| 問題1 | 1点×15問 | | /15 |
| 問題2 | 2点×5問 | | /10 |
| 問題3 | 3点×5問 | | /15 |
| 問題4 | 3点×4問 | | /12 |
| 問題5 | 5点×4問 | | /20 |
| 問題6 | 4点×2問 | | /8 |

**言語知識（文字・語彙）・文法・読解 合計 /120**

目標点：44点　　基準点：38点

### 聴解 Listening Nghe

| 大問 Question Câu hỏi lớn | 配点 Points Thang điểm | 正解数 Correct Số câu đúng | 得点 score Số điểm đạt được |
|---|---|---|---|
| 問題1 | 3点×8問 | | /24 |
| 問題2 | 3点×7問 | | /21 |
| 問題3 | 1.4点×5問 | | /7 |
| 問題4 | 1点×8問 | | /8 |

**聴解 合計 /60**

目標点：22点　　基準点：19点

### 総合得点 Total score Tổng số điểm đạt được

**第2回の目標点：100点　　合格点：90点**

【公表されている基準点と合格点 The official sectional passing score and total passing score／Điểm chuẩn và điểm đậu được công bố 】

※「基準点」は合格に必要な各科目の最低得点です。合計点が「合格点」の90点以上でも、各科目の点が一つでもこれを下回ると不合格になります。　基準点（sectional passing score）is the minimum score required for passing a particular section. Examinees must achieve or exceed the sectional passing score for all sections to pass the JLPT.／"Điểm chuẩn" là điểm tối thiểu cần đạt được ở các môn để đậu. Dù tổng số điểm là "điểm đậu" 90 điểm trở lên đi nữa mà điểm các môn có một môn dưới điểm chuẩn này thì không đậu.

※「配点」は公表されていません。この模擬試験独自の設定です。　The number of points awarded for each question is not officially announced. The points listed above are only for this practice test.／"Thang điểm" cho từng câu hỏi thi không được công bố. Đây là thiết lập riêng của bài thi thử này.

※「目標点」は、本試験に絶対に合格するためにこの模擬試験で何点取るか必要があるかを示したものです。通常は、本試験では模擬試験よりも低い点数になるので、公表されている基準点と合格点よりも高めに設定しています。また、総合得点の目標点は、回を重ねるごとに高くなっています。　目標点（target scores）are the scores you need to get in this practice test to put yourself in position to pass the JLPT. The target total score progressively rises for the three practice tests in this book.／"Điểm mục tiêu" là điểm thể hiện cần bao nhiêu điểm trong bài thi thử này để chắc chắn đậu kỳ thi thật. Thông thường, bài thi thử sẽ có điểm thấp hơn bài thi thật nên điểm mục tiêu này được đặt cao hơn một chút so với điểm chuẩn và điểm đậu được công bố. Ngoài ra, điểm mục tiêu trong tổng số điểm đạt được sẽ dần cao lên ở mỗi lần làm bài thi thử.

かいとうようし

# N4 げんごちしき（もじ・ごい）

じゅけんばんごう
Examinee Registration Number

なまえ
Name

〈ちゅうい Notes〉

1. くろいえんぴつ（HB、No.2）でかいてください。
Use a black medium soft (HB or No.2) pencil.
（ペンやボールペンではかかないでください。）
(Do not use any kind of pen.)

2. かきなおすときは、けしゴムできれいにけしてください。
Erase any unintended marks completely.

3. きたなくしたり、おったりしないでください。
Do not soil or bend this sheet.

4. マークれい Marking Examples

| よいれい Correct Example | わるいれい Incorrect Examples |
|---|---|
| ● | ⊘ ◯ ◉ ⊗ ⊖ ⊙ |

## もんだい 1

| |  |  |  |  |
|---|---|---|---|---|
| 1 | ① | ② | ③ | ● |
| 2 | ① | ● | ③ | ④ |
| 3 | ① | ② | ● | ④ |
| 4 | ① | ② | ● | ④ |
| 5 | ① | ● | ③ | ④ |
| 6 | ① | ② | ● | ④ |
| 7 | ① | ② | ③ | ● |
| 8 | ● | ② | ③ | ④ |
| 9 | ① | ② | ③ | ● |

## もんだい 2

| |  |  |  |  |
|---|---|---|---|---|
| 10 | ① | ② | ③ | ● |
| 11 | ● | ② | ③ | ④ |
| 12 | ① | ● | ③ | ④ |
| 13 | ① | ② | ③ | ● |
| 14 | ● | ② | ③ | ④ |
| 15 | ① | ② | ③ | ● |

## もんだい 3

| |  |  |  |  |
|---|---|---|---|---|
| 16 | ① | ② | ③ | ● |
| 17 | ① | ● | ③ | ④ |
| 18 | ① | ② | ● | ④ |
| 19 | ① | ② | ③ | ● |
| 20 | ① | ● | ③ | ④ |
| 21 | ① | ② | ● | ④ |
| 22 | ● | ② | ③ | ④ |
| 23 | ① | ② | ● | ④ |
| 24 | ● | ② | ③ | ④ |
| 25 | ① | ② | ③ | ● |

## もんだい 4

| |  |  |  |  |
|---|---|---|---|---|
| 26 | ① | ② | ③ | ● |
| 27 | ① | ● | ③ | ④ |
| 28 | ① | ② | ● | ④ |
| 29 | ● | ② | ③ | ④ |
| 30 | ① | ● | ③ | ④ |

## もんだい 5

| |  |  |  |  |
|---|---|---|---|---|
| 31 | ① | ② | ③ | ● |
| 32 | ① | ② | ③ | ④ |
| 33 | ● | ② | ③ | ④ |
| 34 | ① | ② | ③ | ④ |
| 35 | ● | ② | ③ | ④ |

# かいとうようし

## N4 げんごちしき（ぶんぽう）・どっかい

【 ベスト模試 第2回 】

じゅけんばんごう
Examinee Registration
Number

なまえ
Name

〈ちゅうい Notes〉

1. くろいえんぴつ(HB、No.2)でかいてください。
Use a black medium soft (HB or No.2) pencil.
（ペンやボールペンではかかないでください。）
(Do not use any kind of pen.)

2. かきなおすときは、けしゴムできれいにけして
ください。
Erase any unintended marks completely.

3. きたなくしたり、おったりしないでください。
Do not soil or bend this sheet.

4. マークれい Marking Examples

| よいれい<br>Correct<br>Example | わるいれい<br>Incorrect Examples |
|---|---|
| ● | ⊘ ◌ ◍ ⊖ ⊝ ⊗ ⊜ |

### もんだい1

| | | | | |
|---|---|---|---|---|
| 1 | ① | ② | ● | ④ |
| 2 | ① | ② | ③ | ● |
| 3 | ● | ② | ③ | ④ |
| 4 | ① | ● | ③ | ④ |
| 5 | ① | ② | ● | ④ |
| 6 | ① | ● | ③ | ④ |
| 7 | ● | ② | ③ | ④ |
| 8 | ① | ② | ③ | ● |
| 9 | ① | ● | ③ | ④ |
| 10 | ① | ② | ③ | ● |
| 11 | ① | ② | ● | ④ |
| 12 | ● | ② | ③ | ④ |
| 13 | ① | ② | ③ | ● |
| 14 | ① | ● | ③ | ④ |
| 15 | ① | ② | ③ | ● |

### もんだい2

| | | | | |
|---|---|---|---|---|
| 16 | ① | ② | ③ | ● |
| 17 | ① | ● | ③ | ④ |
| 18 | ① | ② | ● | ④ |
| 19 | ① | ② | ● | ④ |
| 20 | ① | ② | ● | ④ |

### もんだい3

| | | | | |
|---|---|---|---|---|
| 21 | ● | ② | ③ | ④ |
| 22 | ① | ② | ③ | ● |
| 23 | ① | ● | ③ | ④ |
| 24 | ① | ● | ③ | ④ |
| 25 | ① | ② | ● | ④ |

### もんだい4

| | | | | |
|---|---|---|---|---|
| 26 | ① | ② | ③ | ● |
| 27 | ① | ② | ③ | ● |
| 28 | ① | ● | ③ | ④ |
| 29 | ① | ② | ③ | ● |

### もんだい5

| | | | | |
|---|---|---|---|---|
| 30 | ● | ② | ③ | ④ |
| 31 | ● | ② | ③ | ④ |
| 32 | ● | ② | ③ | ④ |
| 33 | ① | ② | ③ | ● |

### もんだい6

| | | | | |
|---|---|---|---|---|
| 34 | ① | ● | ③ | ④ |
| 35 | ① | ② | ③ | ④ |

# かいとうようし

# N4 ちょうかい

じゅけんばんごう
Examinee Registration
Number

なまえ
Name

〈ちゅうい Notes〉

1. くろいえんぴつ(HB、No.2)でかいてください。
Use a black medium soft (HB or No.2) pencil.
(ペンやボールペンではかかないでください。)
(Do not use any kind of pen.)

2. かきなおすときは、けしゴムできれいにけして
ください。
Erase any unintended marks completely.

3. きたなくしたり、おったりしないでください。
Do not soil or bend this sheet.

4. マークれい Marking Examples

| よいれい<br>Correct<br>Example | わるいれい<br>Incorrect Examples |
|---|---|
| ● | ○ ◐ ⊘ ⊖ ① ◍ |

## もんだい1

| |  |  |  |  |
|---|---|---|---|---|
| れい | ① | ② | ③ | ● |
| 1 | ① | ② | ● | ④ |
| 2 | ● | ② | ③ | ④ |
| 3 | ① | ● | ③ | ④ |
| 4 | ① | ● | ③ | ④ |
| 5 | ① | ② | ● | ④ |
| 6 | ① | ● | ③ | ④ |
| 7 | ① | ② | ③ | ● |
| 8 | ① | ② | ③ | ● |

## もんだい2

| |  |  |  |  |
|---|---|---|---|---|
| れい | ● | ② | ③ | ④ |
| 1 | ① | ② | ③ | ● |
| 2 | ① | ② | ● | ④ |
| 3 | ① | ● | ③ | ④ |
| 4 | ① | ② | ③ | ● |
| 5 | ① | ● | ③ | ④ |
| 6 | ① | ● | ③ | ④ |
| 7 | ① | ② | ● | ④ |

## もんだい3

| |  |  |  |
|---|---|---|---|
| れい | ① | ② | ● |
| 1 | ① | ● | ③ |
| 2 | ● | ② | ③ |
| 3 | ① | ● | ③ |
| 4 | ● | ② | ③ |
| 5 | ① | ● | ③ |

## もんだい4

| |  |  |  |
|---|---|---|---|
| れい | ① | ② | ● |
| 1 | ① | ● | ③ |
| 2 | ① | ② | ● |
| 3 | ● | ② | ③ |
| 4 | ① | ● | ③ |
| 5 | ① | ② | ● |
| 6 | ● | ② | ③ |
| 7 | ① | ● | ③ |
| 8 | ● | ② | ③ |

# Ｎ４ 第３回 模擬試験
だい かい も ぎ し けん

## Ｎ４ Practice Test 3
## Ｎ４ Bài thi thử lần 3

# 解答と解説
かい とう  かい せつ

## Answers and Comments
## Đáp án và Giải thích

# 言語知識(文字・語彙)
Language Knowledge (Vocabulary)／Kiến thức Ngôn ngữ (Từ vựng)

## 問題1(漢字読み *Kanji* reading／Đọc Kanji)

### 1 答え 3

青いドレスがきれいです。The blue dress is beautiful.／Chiếc áo đầm xanh dương rất đẹp.

【青】セイ・あお・あお-い 例 青年 youth／thanh niên 青空 blue sky／bầu trời xanh

1 黒い black／đen
2 白い white／trắng
4 赤い red／đỏ

### 2 答え 4

鳥の写真を見ました。I looked at photos of birds.／Tôi đã xem hình chim chóc.

【鳥】チョウ・とり

1 象 elephant／con voi
2 牛 cow／con bò
3 馬 horse／con ngựa

### 3 答え 1

世界で一番高い山はどこにありますか。Where is the world's tallest mountain?／Ngọn núi cao nhất thế giới nằm ở đâu?

【世】セ・セイ・よ 例 世代 generation／thế hệ 21世紀 21st century／thế kỷ 21 世の中 the world／xã hội, đời

【界】カイ 例 政界 world of politics／giới chính trị

！読み方 Reading／Cách đọc 世界＝せかい(「せい」「がい」ではない)

### 4 答え 2

道を教えてください。Please tell me how to get there.／Hãy chỉ đường cho tôi.

辞 教える 例 先生が学生に日本語を教える。The instructor teaches Japanese to the students.／Giáo viên dạy tiếng Nhật cho sinh viên.

【教】キョウ・おし-える・おそ-わる 例 教育(する) education／giáo dục 教科書 textbook／sách giáo khoa 学生が先生に日本語を教わる。The students are taught Japanese by the instructor.／Sinh viên học tiếng Nhật từ giáo viên.

1 伝えて 辞 伝える convey／truyền đạt
3 捕らえて 辞 捕らえる catch／bắt, bắt giữ
4 考えて 辞 考える think／suy nghĩ

### 5 答え 1

大通りでタクシーに乗りました。I got a taxi on the avenue.／Tôi lên taxi ở con đường lớn.

【大】ダイ・タイ・おお・おお-きい 例 大学 university／đại học 大会 convention; tournament／đại hội, cuộc thi 大雨 heavy rain／mưa lớn

【通】ツウ・とお-る／とお-す・かよ-う 例 通学(する) commuting to school／đi học 通信(する) correspondence／truyền tin 交通 traffic／giao thông

！読み方 Reading／Cách đọc「おおどおり」

### 6 答え 3

今日は風が強いです。It's very windy today.／Hôm nay gió mạnh.

風 wind／gió 【風】フウ・かぜ 例 台風 typhoon／bão 和風 Japanese-style／kiểu Nhật, phong cách Nhật 風邪 (a) cold／(bị) cảm

1 雨 rain／mưa
2 雪 snow／tuyết
4 波 wave／sóng

### 7 答え 4

ここには昔工場がありました。There used to be a factory here a long time ago.／Nơi này, ngày xưa có cái nhà máy.

【エ】コウ・ク：「ものをつくる」という意味　例 工業 industry／công nghiệp　工事（する）construction work／công trường　工夫（する）ingenuity／công phu

【場】ジョウ・ば　例 運動場 athletic field／sân vận động　場所 place／nơi, địa điểm　場合 case／trường hợp

❗「こうじょう」：「う」がある

## 8　答え　2

ここに送ってください。Please send it here.／Hãy gửi đến đây.

辞 送る 【送】ソウ・おく-る　例（メールを）送信（する）sending (email)／gửi (e-mail)　放送（する）broadcast／phát sóng　見送る see off／đưa tiễn

1 立って　辞 立つ stand／đứng

3 帰って　辞 帰る go home／về

4 座って　辞 座る sit／ngồi

## 9　答え　3

日本の文化を勉強します。I will study Japanese culture.／Tôi học văn hóa Nhật Bản.

【文】ブン・モン　例 文明 civilization／văn minh　文学 literature／văn học　文句 complaint／câu văn　文字 letter; character／chữ, mẫu tự

【化】カ・ケ・ば-ける／ば-かす　例 化学 chemistry／hóa học　変化（する）change／thay đổi　化粧（する）makeup／trang điểm　お化け spook; creature／ông kẹ

### 問題2（表記 Orthography／Chính tả）

## 10　答え　2

私の家は近いです。My home is nearby.／Nhà tôi thì gần.

【近】キン・ちか-い　例 近所 neighborhood／hàng xóm　近道 shortcut／đường tắt

1【遠】エン・とお-い　例 遠い far／xa

3【返】ヘン・かえ-す　例 返す give back／trả lại

4【追】ツイ・お-う　例 追う follow／đuổi theo

※この4つの漢字は、「⻌」（「道」という意味）が

ある。ll four of these kanji have ⻌ (meaning "road") in them.／4 chữ Hán này có bộ thủ "⻌ (sước)" (có nghĩa "đường đi")

## 11　答え　4

7時にここに集まってください。Please gather here at 7 o'clock.／7 giờ hãy tập trung ở đây.

辞 集まる 【集】シュウ・あつ-まる／あつ-める　例 集合（する）getting together／tập hợp, tập trung　特集 special feature／chuyên đề

1【進】シン・すす-む・すす-める　例 進む advance／tiến lên

2【焦】ショウ・あせ-る・こ-げる／こ-がす　例 焦げる scorch／(thức ăn) bị cháy, bị khê

3【雇】コ・やと-う　例 雇う employ／thuê người, tuyển

※この4つの漢字は、「隹」がある。All four of these kanji have 隹 in them.／4 chữ Hán này có bộ thủ "隹 (chuy)".

## 12　答え　2

ジョーさんは運転が上手です。Joe-san is a good driver.／Joe-san lái xe giỏi.

運転（する）driving／lái xe

【運】ウン・はこ-ぶ　例 運動（する）exercise／vận động

【転】テン・ころ-ぶ・ころ-がる／ころ-がす　例 自転車 bicycle／xe đạp　転職（する）career change／chuyển việc

❗「運」「連」／「転」「軽」

1・3【連】レン・つ-れる・つら-なる／つら-ねる　例 連続（する）continuation／liên tục　連絡（する）contact／liên lạc

3・4【軽】ケイ・かる-い　例 軽食 light meal／ăn nhẹ　手軽（な）easy／dễ dàng　気軽（な）laidback／thoải mái

## 13　答え　1

昼間は暖かいです。It's warm during the daytime.／Buổi ngày thì ấm áp.

【昼】チュウ・ひる　例　昼食 lunch／bữa trưa, cơm trưa

【間】カン・ケン・あいだ・ま　例　時間 time／thời gian　世間 the world/public／thế gian　人間 humans／con người

❗「昼」「屋」／「間」「問」

2・4【屋】オク・や　例　屋上 rooftop／sân thượng　屋台 stall／quán vỉa hè, (món ăn) đường phố　屋根 roof／mái nhà

3・4【問】モン・と-う　例　問題 problem／câu hỏi, vấn đề　質問(する) question／câu hỏi

14　答え　3

ランさんは、体が大きいです。Lan-san is a big person.／Lan-san có thân hình cao lớn.
【体】タイ・からだ　例　体重 body weight／cân nặng　体力 physical strength／thể lực
❗「休」「体」
1【休】キュウ・やす-む　例　休日 holiday／ngày nghỉ　夏休み summer vacation／kỳ nghỉ hè
2【付】フ・つ-く／つ-ける　例　付近 vicinity／lân cận　受付 reception／tiếp tân
4【仕】シ・つか-える　例　仕事(する) work／công việc

15　答え　4

昨日はとても寒かったです。It was very cold yesterday.／Hôm qua trời rất lạnh.
【寒】カン・さむ-い
1【凍】トウ・こお-る・こご-える　例　冷凍(する) freezing／đông đá
2【冷】レイ・つめ-たい・ひえ-る／ひや-す・さ-める／さ-ます　例　冷蔵庫 refrigerator／tủ lạnh
3【涼】リョウ・すず-しい　例　清涼飲料水 soft drink／nước uống giải khát

問題3(文脈規定 Contextually-defined expressions／Quy định ngữ cảnh)

16　答え　2

(遠慮)しないで、たくさん食べてください。Don't be shy. Please have as much as you like.／Xin đừng ngại, hãy ăn nhiều lên.
辞　遠慮する hold back; be shy／ngại ngần
1　注意する be careful; caution／chú ý
3　失敗する fail／thất bại
4　招待する invite／mời, chiêu đãi

17　答え　1

国にいると日本語を使う(機会)がありません。I don't have any opportunities to use Japanese in my country.／Khi ở nước tôi thì không có cơ hội sử dụng tiếng Nhật.
2　危険(な) dangerous／nguy hiểm
3　季節 season／mùa
4　気分 feeling／cảm giác

18　答え　4

いい天気だったのに(急に)雨が降り始めました。The weather had been nice but then it suddenly started raining.／Thời tiết đẹp vậy mà thình lình trời đổ mưa.
急に　例　授業中に急に具合が悪くなって、家へ帰りました。I suddenly felt ill during class, so I went home.／Trong giờ học thình lình tôi cảm thấy không khỏe nên đã về nhà.
1　もっと more／hơn nữa
2　ぜひ by all means／nhất định
3　決して(～ない) never ～／tuyệt đối không ～

19　答え　3

毎日会社に行くのに地下鉄を(利用)しています。I use the subway to get to work every day.／Tôi sử dụng tàu điện ngầm để đi làm mỗi ngày.
辞　利用する
1　予定する schedule／dự định
2　用意する prepare／chuẩn bị
4　理解する understand／hiểu, lý giải

20　答え　1

息子は体が(丈夫)で病気をしません。My son has a

hardy physique. He never gets sick.／Con trai tôi cơ thể vạm vỡ, không đau ốm.

丈夫（な）hardy／vạm vỡ, chắc khỏe

2 邪魔（な）distracting／cản trở

3 丁寧（な）polite／lịch sự, cẩn thận

4 不便（な）inconvenient／bất tiện

## 21 答え　4

天気が悪くて洗濯物が（乾きません）。The laundry won't dry because of the bad weather.／Thời tiết xấu nên đồ giặt không khô.

辞 ～が乾く（自動詞）　cf. ～を乾かす（他動詞）dry／làm cho khô, sấy

1 忘れません　辞 忘れる forget／quên

2 止まりません　辞 止まる stop／ngừng

3 壊れません　辞 壊れる break／bị hỏng

## 22 答え　2

シャツを2（枚）買いました。I bought two shirts.／Tôi đã mua 2 cái áo thun.

～枚（counter for thin, flat objects）／～ tờ, cái (đếm vật mỏng như giấy, áo, đĩa v.v.)

1 ～足 pair (of shoes, socks, etc.)／～ đôi

3 ～台 (counter for cars, machines, etc.)／～ cái, ～ chiếc

4 ～冊 (counter for books, notebooks, etc.)／～ quyển

## 23 答え　3

病院の前でタクシーを（降りました）。I got out of the taxi in front of the hospital.／Tôi đã xuống taxi ở trước bệnh viện.

辞 （～を）降りる

1 降りました　辞 降る (snow/rain) falls／rơi　例 雨／雪が降る rain/snow／mưa／tuyết rơi

2 落ちました　辞 落ちる fall／rơi xuống, rớt

4 乗りました　辞 （～に）乗る get in／đi tàu, xe

## 24 答え　1

佐藤さんはどう思いますか。（意見）を聞かせてください。What do you think, Sato-san? Please let us hear your opinion.／Sato-san nghĩ thế nào? Hãy cho chúng tôi nghe ý kiến.

2 意味 meaning／ý nghĩa

3 嘘 lie／lời nói dối

4 専門 specialty／chuyên môn

## 25 答え　2

試合で（負けたくない）ので、毎日練習しています。I don't want to lose any games, so I practice every day.／Vì không muốn thua trong trận đấu nên tôi luyện tập mỗi ngày.

辞 負ける ⇔ 勝つ　例 大切な試合で負けてしまって残念です。It's too bad that they lost a big game.／Tôi thua ở trận đấu quan trọng, thật tiếc.

1 立ちたくない　辞 立つ stand／đứng

3 聞きたくない　辞 聞く listen／nghe, hỏi

4 飛びたくない　辞 飛ぶ fly／bay

### 問題4（言い換え類義
Paraphrases／Cụm từ thay thế）

## 26 答え　2

まだ仕事が残っています。I still have work to do.／Công việc vẫn còn tồn đọng.

＝終わっていません　辞 終わる end／kết thúc

1 決まっていません　辞 決まる be decided／được quyết định

3 始めていません　辞 始める start／bắt đầu

4 頼んでいません　辞 頼む request／nhờ

## 27 答え　3

妹は熱心に勉強しています。My sister studies very hard.／Em gái tôi chăm chỉ học hành.

＝一生懸命（な）diligent／hết sức mình

1 ときどき sometimes／thỉnh thoảng

2 時間がある時だけ only when she has time／chỉ khi có thời gian

4 嫌だと思いながら though she hates it／vừa nghĩ khó chịu

## 28  答え　1

コンビニの<u>向かいに</u>郵便局があります。There's a post office across from the convenience store.／Đối diện cửa hàng tiện lợi có bưu điện.

＝<u>前に</u> in front of／ở phía trước

2　<u>隣に</u> next to／ở bên cạnh

3　<u>裏に</u> behind／phía sau

4　<u>〜があった所に</u> place where 〜 used to be／ở nơi có 〜

## 29  答え　4

いつも乗るバスに<u>間に合いません</u>でした。I missed the bus I always ride.／Tôi đã không kịp giờ chuyến xe buýt luôn đi.

＝いつも乗るバスの時間に遅れてしまいました。I was late for the bus I always ride.／Tôi đã trễ giờ xe buýt mà tôi luôn đi.

1　いつも乗るバスがなかなか来ませんでした。The bus I always ride just wouldn't come.／Xe buýt mà tôi luôn đi mãi không đến.

2　いつも乗るバスが止まっていました。The bus I always ride was stopped.／Xe buýt mà tôi luôn đi đã ngừng mất rồi.

3　いつも乗るバスがとても込んでいました。The bus I always ride was really crowded.／Xe buýt mà tôi luôn đi rất đông.

## 30  答え　2

私の夢は自分の会社を作ることです。My dream is to start up my own business.／Mơ ước của tôi là lập công ty của riêng mình.

＝私は自分の会社を作りたいです。I want to start up my own business.／Tôi muốn tập công ty của riêng mình.

1　私は自分の会社を作る夢を見ました。I had a dream in which I started up my own company.／Tôi đã nằm mơ lập công ty của riêng mình.

3　私は自分の会社を持っています。I own my own company.／Tôi có công ty của riêng mình.

4　私は自分が社長になる夢を見ました。I had a dream in which I became the president of a company.／Tôi đã mơ mình trở thành giám đốc.

---

問題5（用法 Usage／Áp dụng）

## 31  答え　2

駅で電車が遅れていると<u>放送</u>していました。There was an announcement at the station that the trains were running behind schedule.／Ở nhà ga đã phát loa thông báo là tàu điện bị trễ.

辞 放送する announce (on PA system)／phát loa, phát sóng ❗ 音声を使うものであることに注意 Note that this is used here to mean a vocal announcement.／Chú ý là việc sử dụng âm thanh

1 ▶ 私は引っ越ししたことをSNSで<u>知らせ</u>ました。I used social media to tell people that I had moved.／Tôi đã thông báo bằng mạng xã hội về việc đã chuyển nhà.

3 ▶ 事故のニュースが新聞に<u>出て</u>いました。The accident was reported in the newspaper.／Tin tức về tai nạn đã lên báo.

4 ▶ 山田さんは何でもすぐ<u>しゃべって</u>しまいます。Yamada-san blabs about everything as soon as he hears it.／Yamada-san cái gì cũng nói chuyện ngay.

## 32  答え　4

友達の誕生日なのでレストランの<u>予約</u>をしました。I booked a table at a restaurant for my friend's birthday.／Vì là sinh nhật của bạn tôi nên tôi đã đặt nhà hàng.

1 ▶ 娘にパンを買ってくるようにと<u>頼み</u>ました。I asked my daughter to buy some bread.／Tôi đã nhờ con gái mua bánh mì.

2 ▶ 山川選手はオリンピックで金メダルを<u>取る</u>でしょう。Yamada-san will likely capture a gold medal at the Olympics.／Chắc hẳn vận động viên Yamakawa sẽ giành huy chương vàng Olympic.

3 ▶ 母は夕食にカレーライスを作る<u>約束をしました</u>。My mother promised to make curry and rice for dinner.／Mẹ tôi đã hứa sẽ làm món cơm cà ri cho bữa tối.

**33** 　答え　**3**

町をきれいにする計画が進んでいます。A project is underway to clean up the town.／Kế hoạch làm cho thành phố sạch đẹp đang tiến triển.

**辞** 進む progress; be underway／tiến triển, tiến lên

1 ▶ 毎日学校に行って勉強しています。I go to school and study every day.／Hằng ngày tôi đi đến trường để học.

2 ▶ 太陽が西の空に沈むと暗くなります。It gets dark once the sun sets in the west.／Khi mặt trời lặn xuống bầu trời phía tây thì trời trở nên tối.

4 ▶ 将来は小学校の先生になりたいです。I want to become an elementary school teacher in the future.／Tương lai tôi muốn trở thành giáo viên tiểu học.

**34** 　答え　**2**

一人で生活するのは寂しいので、ルームメートを探しました。I feel lonely living alone, so I looked for a roommate.／Vì sống một mình thì buồn nên tôi đã tìm bạn cùng phòng.

1 ▶ おなかがいっぱいで、苦しくてもう何も食べられません。I'm so stuffed I can't take another bite.／Tôi no rồi, thở không nổi nên không thể ăn gì nữa.

3 ▶ 今日はたくさん歩いたので、とても疲れました。I'm very tired because I did a lot of walking today.／Hôm nay tôi đã đi bộ nhiều nên rất mệt.

4 ▶ 先生がとても厳しいので、学生たちは大変です。The professor is very tough, so the students have a hard time.／Vì giáo viên rất nghiêm nên sinh viên vất vả.

**35** 　答え　**1**

私は日本の映画に興味があります。I'm interested in Japanese movies.／Tôi có hứng thú với điện ảnh Nhật Bản.

2 ▶ この財布が好きなので、大切にしています。I like this wallet, so I take good care of it.／Tôi thích cái ví này nên giữ cẩn thận.

3 ▶ 私は電車の中で座れなくても気にしません／いいです。I don't mind if I can't get a seat on the train.／Trong tàu điện, không ngồi được tôi cũng không bận tâm／cũng không sao.

4 ▶ 疲れてしまって起きられません。I'm so tired I can't get up.／Tôi mệt quá nên không dậy nổi.

第3回 言語知識（文字・語彙） 言語知識（文法）・読解 聴解

## 問題1（文の文法1（文法形式の判断）
Sentential grammar 1 (Selecting grammar form)
Ngữ pháp của câu (Chọn hình thức ngữ pháp))

### 1 答え 1

兄は、アメリカ人（と）結婚しました。My older brother married an American.／Anh tôi đã kết hôn với người Mỹ.

〜と結婚する／けんかする／話し合う marry/quarrel/discuss with 〜／kết hôn / cãi nhau / nói chuyện với 〜：2人以上で互いに何かする時、「と」を使う。Use と to express that two or more people do something together.／Khi 2 người trở lên cùng làm cái gì đó thì sử dụng " と (với, cùng)".

### 2 答え 3

コンピューター関係（の）仕事をしています。I have a computer-related job.／Tôi đang làm công việc có liên quan đến máy tính.

〜関係の 仕事／人／本 〜 -related job/person/book./công việc / người / sách có liên quan đến 〜

cf. 〜に関係した仕事／人／本

### 3 答え 4

（何か）温かい物を食べましょう。Let's eat something hot.／Hãy ăn cái gì đó ấm nào.

cf. 誰か someone／ai đó　どこか somewhere／đâu đó いつか someday／lúc nào đó

❗「か」と「が」

例 何か見えます。I see something.／Thấy cái gì đó. 何が見えますか。What do you see?／Thấy được cái gì?

### 4 答え 2

私は、飲み物（だけで）いいです。お茶をお願いし

ます。I just want something to drink. Could I have some tea, please?／Tôi thì chỉ nước uống thôi là được. Cho tôi trà.

〜だけでいい just 〜 is fine／chỉ 〜 là được 例 あなたのそばにいるだけでいい。I just want to be with you.／Chỉ cần bên cạnh em là được.

### 5 答え 4

病気（なのに）、どうして外で遊んでいるんですか。Why are you outside playing when (lit., even though) you're sick?／Đang bệnh mà sao lại chơi ở ngoài vậy?

〜のに、…：…に対して、よくない・不満だという気持ちを表す。The part that follows expresses that a certain situation is undesirable or dissatisfying given the condition stated in the preceding part.／Diễn tả tâm trạng không tốt / bất mãn đối với .... ※動詞・イ形容詞＋のに／名詞・ナ形容詞＋なのに

例 毎日勉強しているのに、上手になりません。I'm not improving, even though I study every day.／Tôi học mỗi ngày mà không giỏi lên. 18歳なのに、お酒を飲んでいます。He's still 18, but he drinks alcohol anyway.／18 tuổi mà lại uống rượu.

### 6 答え 2

漢字を勉強（しないと）、日本語の文は書けません。If you don't study kanji, you won't be able to write in Japanese.／Nếu không học chữ Hán thì không thể viết câu tiếng Nhật.

〜ないと、…ない if don't 〜, won't be able to ...／nếu không 〜 thì không .... 例 よく寝ないと、元気になりません。You won't get better if you don't get plenty of sleep.／Nếu không ngủ đủ thì không khỏe mạnh.

### 7 答え 2

（もうすぐ）食事の準備ができます。ちょっと待っ

てください。The food will be ready <u>soon</u>. Please wait a second./Bữa ăn đã chuẩn bị <u>sắp</u> xong rồi. Chờ chút nhé.

もうすぐ　囫　もうすぐ12時です。It's almost 12 o'clock./Sắp 12 giờ.

cf. すぐ right after/ngay, lập tức　囫　昨日家に帰って、すぐ寝ました。I went to bed right after I got home yesterday./Hôm qua về nhà, tôi đã ngủ ngay.

**8　答え　1**

もう少し暑く（なったら）、海へ泳ぎに行きませんか。<u>If</u> it gets a little hotter, how about going for a dip in the sea?/Nếu trời nóng thêm chút nữa thì mình đi biển bơi không?

**！ 二つの「たら」**

① 仮定条件 Hypothetical condition/điều kiện giả định

（もし）〜たら：〜が起きた時は　※「〜」は起きるかどうかわからない。It is not certain that 〜 will happen./không biết "〜" có xảy ra không　囫　もし雨が降ったら家にいます。If it rains, I'm going to stay home./Nếu trời mưa thì ở nhà.

② 確定条件 Definite condition/điều kiện xác định

〜たら：〜が起きたあと／時は　※「〜」は必ず起きる 〜 is certain to occur/"〜" chắc chắn xảy ra　囫　10時になったら出かけます。I'll go out at 10. (lit. I'll go out when it turns 10 o'clock.)/10 giờ thì tôi sẽ ra ngoài.

4　〜なると、… if/when becomes 〜 , then ..../hễ 〜 thì …：人の意思を表さない文で使う。Used for circumstances that do not involve volition./Sử dụng trong câu không diễn tả ý chí của con người.　囫　秋になると、涼しくなります。It gets cool once fall arrives./Hễ vào thu thì trở nên mát mẻ.　悲しいと涙が出ます。Tears come to my eyes when I'm sad./Hễ buồn thì nước mắt rơi.

**9　答え　3**

電車で行く（ことにしました）。I <u>decided to</u> go by train./Tôi đã <u>quyết định</u> đi bằng tàu điện.

〜ことにする　囫　大学に行かないで、専門学校に

行くことにしました。I decided to go to a technical college instead of a university./Tôi đã quyết định không đi học đại học mà đi học trường dạy nghề.

**10　答え　4**

この建物は、100年前に外国人によって（建てられました）。This building <u>was built</u> by foreigners 100 years ago./Công trình kiến trúc này <u>được xây</u> bởi người nước ngoài 100 năm trước.

物が主語の受身 Passive voice with a thing as the subject/thể thụ động mà vật là chủ ngữ　囫　ビルが建てられる A building is constructed./Tòa nhà được xây.　日本語が話される Japanese is spoken./Tiếng Nhật được nói.　オリンピックが開かれる The Olympics are held./Thế vận hội được khai mạc.

cf. 〜によって（…れる／られる）：受身文で、…した人を表す。Indicates the agent of verb (...) in a passive construction./Là câu thụ động, diễn tả người đã ....

**11　答え　3**

どんな動物（でも）、水がないところでは死んでしまいます。<u>No matter what</u> type they may be, all animals will die if kept in a place without water./Dù là con vật <u>nào đi nữa</u> mà ở nơi không có nước thì cũng chết mất.

どんな〜でも　囫　どんな言葉でも、外国人が勉強するのは大変です。No matter what language it may be, it's hard for people to learn another language./Dù là ngôn ngữ nào đi nữa thì người nước ngoài học cũng vất vả.

1　〜なら…いい／できる・わかる／大丈夫だ … is fine/possible/understandable/okay if 〜/nếu là 〜 thì tốt / có thể - hiểu / được　囫　やさしい日本語なら、わかります。I can understand Japanese if it's at a simple level./Nếu là tiếng Nhật dễ (đơn giản) thì tôi hiểu.

**12　答え　1**

そこに置いて（おいて）ください。あとで片付けますから。Please <u>leave</u> it there. I'll put it away later./Hãy <u>để</u> nguyên ở đó. Vì tôi sẽ dọn sau.

第3回 言語知識（文字・語彙）言語知識（文法）・読解 聴解

〜ておく 〜 (and leave it in that state); leave (something) in the state of 〜／để 〜 例 窓は、開けておいてください。Please open the windows (and leave them open) / Please keep the windows open.／Cứ để cửa sổ mở.

## 13 答え 2

日本に来る前に、父が（買ってくれました）。My father bought this (for me) before I came to Japan.／Trước khi đến Nhật, bố đã mua cho (tôi).

Aが私に〜てくれる A 〜 for me.／A 〜 cho tôi

1 私がAに〜てあげる I 〜 for A.／Tôi 〜 cho A 例 友達に昼ご飯を作ってあげました。I made lunch for a friend.／Tôi đã nấu cơm trưa cho bạn tôi. (作った人＝私)

3 私がAに〜てもらう I have A 〜 for me.／Tôi được A 〜 cho 例 友達に昼ご飯を作ってもらいました。I had a friend make lunch for me.／Tôi đã được bạn nấu cơm trưa cho. (作った人＝友達)

4 〜てやる：「〜てあげる」と同じ意味で、自分の子供など目下の人の時に使う。Has the same meaning as 〜てあげる but is used only when the action is performed for a subordinate, such as one's child.／Cùng nghĩa với "〜てあげる" và sử dụng với người có vai vế thấp hơn như con của mình v.v. 例 弟に昼ご飯を作ってやりました。I made lunch for my little brother.／Tôi đã nấu cơm trưa cho em trai. (作った人＝私)

## 14 答え 3

国のご両親を心配（させては）いけません。You shouldn't worry your parents back home.／Không được làm cho cha mẹ ở nước nhà lo lắng.

AがBを心配させる A causes B to worry.／A làm cho B lo lắng ：感情を表す言葉を使った使役文 Causative form used with expression of feeling／thể sai khiến dùng từ diễn tả cảm giác (心配する人＝B)

## 15 答え 4

駅に着いた時、電車はまだ（来ていませんでした）。The train hadn't arrived yet when I got to the station.／

Khi tôi đến nhà ga, tàu điện vẫn chưa đến.

〜ていなかった had/was not 〜／đã không 〜 例 朝学校に来た時、教室の鍵はかかっていませんでした。The classroom wasn't locked when I got to school in the morning.／Buổi sáng, khi đến trường, khóa phòng học đã không được cài.

### 問題2（文の文法2（文の組み立て）） Sentential grammar 2 (Sentence composition) Ngữ pháp của câu (Ghép câu)

文の組み立て方 Sentence construction Cách ghép câu

## 16 答え 1

インターネット があれば どこ にいても 仕事をすること ができます。

I can do my job anywhere as long as I have an Internet connection.／Nếu có internet, ở đâu cũng có thể làm việc được.

〜ば、…：〜という条件が十分な時、…が可能だ if/as long as 〜, can ....／Khi điều kiện là 〜 đầy đủ thì có thể 〜 例 晴れていれば、東京から富士山が見えます。You can see Mt. Fuji from Tokyo if it's a clear day.／Nếu trời nắng ráo thì có thể thấy núi Phú Sỹ từ Tokyo. 日本では、18歳になれば投票ができます。Citizens in Japan can vote once they turn 18.／Ở Nhật, nếu 18 tuổi thì có thể bỏ phiếu bầu cử.

## 17 答え 3

私が 着ている服 は 母 が 作りました。

The clothes I'm wearing were made by my mother.／Quần áo mà tôi đang mặc là mẹ tôi đã may.

私が着ている 服

## 18 答え 2

やってみない と できるか どうか わからないと 思います。

We won't know if you can until you give it a try.／Tôi nghĩ nếu không làm thử thì không biết có thể làm được không.

卍【[やってみない]と[できるかどうかわからない]】と思います。

~ないと、…ない not ... unless/until ～／nếu không ~ thì không ....

## 19 答え 4

私の家は 姉の子供が 4人もいる ので とてもにぎやか です。

My home is very lively because my sister's four children live with us.／Vì nhà tôi có 4 đứa con của chị tôi nên rất nhộn nhịp.

卍 私の家は【[姉の子供が4人もいる]ので】とてもにぎやかです。

※「私の家は とてもにぎやかです」という文を最初に作るとわかりやすい。

This is easier to solve if you start building the sentence from 私の家は とてもにぎやかです／Nếu đặt câu "私の家は とてもにぎやかです" trước thì sẽ dễ hiểu.

## 20 答え 2

私は本を 読む より 人と話す ほうがいいと 思います。

I think it's better to talk with people than to read books.／Tôi nghĩ nên nói chuyện với người khác hơn là đọc sách.

卍 [本を読む] より [人と話す] ほうがいい

## 問題3（文章の文法
Text grammar／Ngữ pháp của đoạn văn）

## 21 答え 4

## 22 答え 1

~（場所）では、…と考えられています：受身形で「～の人々は…と考えています」という意味を表す。

This is a passive construction that means "the people of (place) think that ...."／ Diễn tả ý nghĩa "người người ~ cho rằng là ...." ở thể thụ động.

## 23 答え 2

ルームメートによると～そうです。According to my roommate, ~.／Theo bạn cùng phòng thì nghe nói ~

## 24 答え 1

私はルームメートに料理を教えてもらった。

I had my roommate teach me how to cook.／Tôi đã được bạn cùng phòng dạy nấu ăn

※料理を教えた人＝ルームメート

## 25 答え 3

たぶん～だろうと思います I think that it will probably ~./nghĩ rằng có lẽ là ~：予想を表す。Expresses a prediction.／Diễn tả dự đoán.

### 問題3の本文

　私は料理をするのが下手でした。国にいた時、時々家の手伝いをしましたが料理はしませんでした。日本ではルームメートと一緒に住んでいます。ルームメートはイタリアから来ました。料理がとても上手です。イタリアでは食事はとても大切だと考えられています。私の国はハンバーガーなどのファストフード店が多いですが、ルームメートによるとイタリアにはあまりないそうです。私たちは一緒に料理をします。私は、初めて料理をするのが楽しいと思いました。
　（私は）ルームメートに（料理を）教えてもらったので、今はピザもパスタも作れます。日本料理もできます。国へ帰ったらイタリア料理や日本料理を家族や友達に作ってあげたいです。たぶん、とても（家族や友達は）おどろくだろうと思います。楽しみです。

I'm terrible at cooking. Back in my country, I used to help out around home sometimes, but I didn't cook.

I live with a roommate in Japan. My roommate is from Italy. She is very good at cooking. In Italy, meals are considered very important. My country has lots of hamburger places and other fast food restaurants, but my roommate said that Italy doesn't have many. We cook together. I had fun doing cooking for my first time ever.

Now, I can make pizza and pasta because my roommate taught me how. I can also cook Japanese food.

I want to cook Italian and Japanese food for my family and friends after I get back to my country. I think they'll probably be very surprised. I can't wait.

Tôi rất dở nấu ăn. Khi ở nước tôi, thỉnh thoảng tôi có giúp gia đình nhưng đã không nấu ăn.

Ở Nhật, tôi sống với bạn cùng phòng. Bạn cùng phòng của tôi đến từ Ý. Bạn ấy nấu ăn rất giỏi. Ở Ý, bữa ăn được cho là rất quan trọng. Nước của tôi có nhiều tiệm ăn nhanh như hăm-bơ-gơ v.v. nhưng theo bạn cùng phòng của tôi thì nghe nói ở Ý hầu như không có. Chúng tôi cùng nấu ăn. Lần đầu tiên, tôi thấy việc nấu ăn rất vui. Bây giờ, nhờ được bạn cùng phòng chỉ cho mà tôi có thể làm cả pi-za và mì Ý. Tôi cũng có thể nấu món Nhật.

Sau khi về nước, tôi muốn nấu món Ý và món Nhật cho gia đình và bạn bè. Tôi nghĩ có lẽ, hẳn là họ sẽ rất ngạc nhiên. Tôi rất mong đến ngày ấy.

## 問題4（内容理解（短文）
## Comprehension (Short passages)
## Hiểu nội dung (đoạn văn ngắn))

🔲 答えに関係する文 Sentences associated with the answer
Câu có liên quan với câu trả lời
📖 理解のポイント Comprehension strategies
Điểm quan trọng để hiểu

### 26 　答え　1

🔲「午前に授業がある学生は、午後1時に来てください。」

"If you have classes in the morning, please come at 1 p.m."／"Sinh viên có giờ buổi sáng thì hãy đến lúc 1 giờ chiều."

📖 午前9時から午後12時半まで授業がある学生＝午前に授業がある学生

### 27 　答え　3

🔲「でも私は、普通の製品を買いました。」

"But, I bought a regular one."／"Nhưng tôi đã mua sản phẩm thường."

「料理している時間は楽しいですから。」

"That's because cooking is fun for me."／"Vì thời gian nấu ăn rất vui."

### 28 　答え　2

🔲「メールアドレスは、本田さんが知っていますから、聞いてください。」

"Honda-san knows the email address, so ask her for

it."／"Vì anh / chị Honda biết địa chỉ e-mail nên hỏi anh / chị ấy."

📖 大山さんのアドレスを本田さんに聞く→大山さんに社長のメッセージをメールで送る

### 29 　答え　4

🔲「美術館へ行きました。」

"I went to an art museum."／"Tôi đã đi đến bảo tàng mỹ thuật."

「20人ぐらいの中学生がいました。ここで絵を見るのが、今日の授業だそうです。」

"Around 20 junior high school students were there. I was told that they were looking at the paintings there for the day's lesson."／"Có khoảng 20 học sinh trung học cơ sở. Nghe nói việc ngắm tranh ở đây là giờ học hôm nay."

📖 美術館に「私」と20人ぐらいの中学生がいる。中学生は美術館で授業をしている。「私」はそれを見ている。

"I" and around 20 junior high students are at the art museum. The students are receiving a lesson there./"I" is watching their lesson.／Ở bảo tàng mỹ thuật có "tôi" và khoảng 20 học sinh trung học cơ sở. Học sinh trung học cơ sở đang có giờ học tại bảo tàng mỹ thuật. "Tôi" thấy điều đó.

## 問題5（内容理解（中文）
## Comprehension (Mid-size passages)
## Hiểu nội dung (đoạn văn vừa))

### 30 　答え　2

📝「荷物がだんだん重くなったからです。でも、本当に重くなったのではありません。本当は同じですが、重いと感じたのです。」

"That's because the boxes had become heavier and heavier. But, actually they hadn't gotten heavier. The truth is they still weighed the same, but they felt heavier to me."／"Vì hành lý dần dần nặng lên. Nhưng thật sự không phải trở nên nặng. Thật sự là giống nhau nhưng đã cảm thấy nặng."

## 31  答え  1

📝「荷物の箱の色を、白い色に変えたほうがいいと言ったのです。」

"I said that we should change the color of the boxes to white."／"Nói là nên đổi màu của thùng hành lý sang màu trắng."

「その会社の箱は、茶色でした。」

"The company's boxes were brown."／"Thùng của công ty đó (đã) là màu nâu."

## 32  答え  3

📝「白い色は、黒や茶色より軽く感じる」

"White makes things seem lighter, compared with colors like black and brown."／"Màu trắng thì cảm giác nhẹ hơn màu đen và màu nâu."

📖 この文章のアルバイトの話は、「箱の色を茶色から白に変えたら、重さは同じでも軽く感じて、運ぶ仕事が楽になった」という内容。

The part-time worker is saying that changing the color of boxes from brown to white made them seem lighter (even though they stilled weighed the same), and this made the task of carrying them easier.／Câu chuyện làm thêm trong đoạn văn này có nội dung là "nếu đổi màu thùng từ màu nâu sang trắng thì dù trọng lượng như nhau vẫn cảm thấy nhẹ, công việc khuân vác trở nên nhẹ nhàng hơn"

## 33  答え  4

📝「スポーツでも、遊びでも、仕事に使えるアイデアを見つけることができると思います。」

"I think that you can find ideas in sports and recreation that you can put to use in your job."／"Tôi nghĩ dù là thể thao hay chơi đùa vẫn có thể phát hiện ra ý tưởng có thể sử dụng trong công việc."

📖 最初に「スポーツをしていたことが仕事に役に立った」と言い、最後に「スポーツでも遊びでも、仕事に使えるアイデアを見つけることができる」と言っている部分から答える。「白い色は軽く感じる」という話は、一番言いたいことを言うためのエピソード。

This answer can be figured out because at the beginning the writer says that his experiences with sports have been useful for his job, and at the end says that sports and recreation can provide useful ideas for work. The anecdote about how the color white makes things seem lighter is presented to convey his main message.／Đầu tiên nói là "việc chơi thể thao có ích cho công việc", cuối cùng trả lời từ phần nói là "dù là thể thao hay chơi đùa vẫn có thể phát hiện ra ý tưởng có thể sử dụng trong công việc". Câu chuyện "màu trắng thì cảm thấy nhẹ" là câu chuyện để nói việc muốn nói nhất.

## 問題6（情報検索 Information retrieval／Tìm kiếm thông tin)

## 34  答え  2

マリさんとアンナさんは、できたら一緒に住みたいと思っていますが、1人ずつでもいいです。家賃は、1人5万円までで、安いほうがいいです。2人は、どれにしますか。

Marie-san and Anna-san would like to live together if possible, but neither minds living alone. Their rent budget is limited to 50,000 yen each, and the cheaper the rent, the better. Which option will they choose?／Marie và Anna nghĩ rằng nếu được họ muốn sống với nhau nhưng riêng từng người cũng được. Tiền thuê nhà tối đa 50.000 yên và rẻ thì tốt hơn. 2 người chọn cái nào?

## 35  答え  2

パクさんは、1人で住む部屋を探しています。勉強の時間がたくさんほしいですから、学校に近いほうがいいです。夜も、1時ごろまで勉強したいです。食事は自分で作らないで、作ってもらうつもりです。家賃は、10万円までです。パクさんは、

どれにしますか。

Park-san is looking for a place of his own. Since he wants to devote a lot of his time to studying, he wants to live near campus. He wants to study until around 1 a.m. As for meals, he wants to have someone cook for him, rather than doing his own cooking. He can spend up to 100,000 yen on rent. Which option will he choose?／

Anh / Chị Park đang tìm căn phòng sống 1 mình. Vì muốn có nhiều thời gian học hành nên gần trường thì tốt hơn. Buổi tối anh / chị ấy cũng muốn học đến khoảng 1 giờ. Ăn uống thì dự định không tự nấu mà nhờ nấu. Tiền thuê nhà tối đa 100.000 yên. Anh / Chị Park chọn cái nào?

| タイプ | | やちん(1か月) | コメント |
|---|---|---|---|
| ①学生会館(寮) | A 1人部屋 食事つき | 7万円 〔34〕 | ・ベッド、机などがあります。 ・夜11時に電気を消してねてください。〔35〕 |
| | B 2人部屋 食事つき 〔35〕 | 4.5万円／1人 〔34〕 | ・上と同じです。 ・ルームメートは、学校がえらびます。友だちと一緒に住めるかどうかわかりません。 |
| ②ホームステイ | A 食事つき 〔35〕 | 8万円 | ・1人部屋です。ベッド、机などがあります。 ・家は、学校の近くです。歩いて通えます。〔35〕 |
| | B 食事なし 〔35〕 | 5万円 | ・上と同じです。 ・料理してもいいです。家の台所を家の人と一緒に使います。〔35〕 |
| ③アパート | A 1人で住む | 10万円 〔34〕 | ・学校から電車で30分ぐらいです。 ・ワンルームのアパートで、きれいな部屋です。 |
| | B ルームシェア (2人か3人で住む) | 5万円／1人 〔34〕 | ・上と同じです。〔34〕 ・友だちと一緒に住めます。 |

# 聴解 Listening／Nghe

♪ 理解のポイント Comprehension strategies／Điểm quan trọng để hiểu
💡 ヒントになる言葉 Words that serve as clues／Từ trở thành gợi ý
❤ 役立つ言葉 Handy expressions／Những từ có ích

## 問題1（課題理解 Task-based comprehension／Hiểu vấn đề）

### 例 ♫ BPT_N4_3_04

病院の薬局で女の人が男の人に薬の説明をしています。男の人は今日の昼ご飯の後、どの薬を飲みますか。

F：お薬が3種類あります。カプセルと白い丸い薬は一日3回、食事の後に飲んでください。それから、この袋に入った粉の薬は、朝と夜だけ、一日2回です。

M：はい、じゃ、これから昼ご飯を食べますから、カプセルと白い丸い薬を飲めばいいですね。

F：あ、でも今日は朝の薬を飲んでいませんから、昼ご飯の後は3種類全部飲んでください。

M：はい、わかりました。

男の人は今日の昼ご飯の後、どの薬を飲みますか。

**答え　4**

### 1番 ♫ BPT_N4_3_05

女の人と男の人が話しています。二人はアナさんに何をあげますか。

F：あさって、アナさんの誕生日なんですよ。何かプレゼントをしたいですね。

M：そうですね。アナさんはワインが好きだから、ちょっと高いワインはどうですか。

F：うーん、ずっと大切に使ってもらえるものがいいと思います。

M：アナさんは何かほしいと言っていましたか。

F：うーん、財布がほしいと言っていましたけど、もう買ったと思います。

M：じゃあ、コーヒーカップとケーキ皿のセットはどうですか。

F：あ、それもほしいと言っていました。アナさんはケーキを作るのが好きですから。

M：じゃ、そうしましょう。

二人はアナさんに何をあげますか。

**答え　3**

コーヒーカップとケーキ皿のセットはどうですか。How about a coffee cup and cake plate set?／Bộ tách cà phê và đĩa bánh kem thì sao?

じゃ、そうしましょう。In that case, let's get her that.／Vậy làm vậy đi.

♪絵を見ながら、違うものに×をつけていこう。As you look at the illustrations, cross out the items that won't be chosen as a gift.／Hãy vừa nhìn hình vừa đánh dấu vào cái không phải.

💡～はどうですか：～を提案する時に使う。Used to suggest ~.／Sử dụng khi đề xuất ~.

そうしましょう：相手の提案に賛成する時に使う。Used to agree to someone's suggestion.／Sử dụng khi tán thành đề xuất của đối phương.

## 2番 ♫ BPT_N4_3_06

花屋で男の人と店の人が話しています。男の人はどの花を買いますか。

M：娘のピアノの発表会なんです。それで、花束がほしいんですが。

F：では、これはどうでしょうか。

M：あ、きれいですね。でも、ちょっと大きすぎます。娘はまだ5歳なので、小さくてかわいいのがいいんです。

F：それでしたら、こちらに小さいのがございます。リボンだけのと、小さいぬいぐるみがついているのがありますが。

M：あ、これはいいですね。くまとうさぎか。うちの子はうさぎが好きなんです。

F：じゃ、こちらでよろしいですか。

M：はい。これ、お願いします。

男の人はどの花を買いますか。

## 答え 3

小さくてかわいいのがいいんです。I'd rather have one that is small and adorable.／Loại nhỏ và dễ thương thì tốt hơn.

リボンだけのと、小さいぬいぐるみがついているのがありますが。It comes with just a ribbon or with a stuffed animal.／Có loại chỉ có nơ và loại có kèm thú bông nhỏ.

うちの子はうさぎが好きなんです。My child likes rabbits.／Con tôi thích con thỏ lắm.

♪絵を見て印をつけながら聞こう。As you listen, look at the illustrations and mark the items to keep track of what will and won't be selected.／Hãy vừa nghe vừa nhìn hình để đánh dấu.

💡「小さくてかわいいのがいい」＋「うさぎが好き」

## 3番 ♫ BPT_N4_3_07

先生が明日のバス旅行について話しています。学生が午前中にすることは何ですか。午前中です。

F：明日はバス旅行ですね。学校の前に8時半に来てください。8時45分出発です。目的地に着いたら、初めにお菓子の工場を見学します。そして12時半ぐらいからお昼ご飯、バーベキューをします。皆さん、たくさん食べてください。午後は、ぶどう狩りです。ぶどうをとって、食べます。持って帰ることもできます。春の旅行の時は、いちご狩りでしたね。では、明日は遅刻をしないように気をつけてください。

学生が午前中にすることは何ですか。

## 答え　1

目的地に着いたら、初めにお菓子の工場を見学します。After we arrive at the destination, we'll start with a tour of a sweets factory.／Đến nơi rồi thì trước tiên sẽ tham quan xưởng bánh kẹo.

12時半ぐらいからお昼ご飯、バーベキューをします。At around 12:30 we'll have a barbecue for lunch.／Từ khoảng 12 giờ rưỡi thì ăn cơm trưa, sẽ làm BBQ.

♪ 質問は「午前中」だということに注意。Note that the question is about the morning activity.／Lưu ý câu hỏi là "trong buổi sáng".

💡 昼ご飯は12時半ぐらいから。その前にすることは工場見学。Lunch will start at around 12:30, so the only morning activity is the factory tour that takes place before it.／Cơm trưa từ khoảng 12 giờ rưỡi. Trước đó là tham quan xưởng bánh kẹo.

## 4番　♫ BPT_N4_3_08

ホテルの人と女の人が電話で話しています。女の人はいつホテルに泊まりますか。

M：はい、サンライズホテルでございます。

F：あの、部屋の予約をしたいんですが。

M：はい、いつがよろしいでしょうか。

F：来月の第2週目の金曜日ですから…12日、一晩です。2人なんですけど。

M：申し訳ありません。12日はもういっぱいなんです。

F：金曜日に泊まりたいと思っているんです。仕事が終わってから。じゃ、次の週かその次の週はどうでしょうか。

M：19日も26日も大丈夫です。ただ、20日を過ぎますと、料金が少し高くなりますが。

F：あ、そうですか。うーん、高いのはちょっと困りますから…じゃ、安いほうでお願いします。

M：はい、かしこまりました。

女の人はいつホテルに泊まりますか。

## 答え　3

19日も26日も大丈夫です。ただ、20日を過ぎますと、料金が少し高くなりますが。Both the 19th and the 26th are available. However, the room rate will go up slightly after the 20th.／Cả ngày 19 lẫn ngày 26 đều được. Có điều, qua ngày 20 thì giá tiền sẽ tăng một chút.

高いのはちょっと困ります。I want to avoid an expensive rate.／Đắt thì hơi kẹt / khó.

♪ カレンダーに印をつけながら聞こう。Look at the calendar and mark the dates as you listen.／Hãy vừa nghe vừa đánh dấu vào lịch.

💡 19日か26日は大丈夫だが「20日を過ぎると料金が高くなる」⇒19日を選ぶ

💠 第〜週目 ~ -st/-nd/-rd/-th week／tuần thứ ~

## 5番 ♫ BPT_N4_3_09

道で女の人が男の人と話しています。女の人はどこからバスに乗りますか。

F：すみません。この辺にバス停がありますか。

M：えっと、どこに行くんですか。

F：川田町に行きたいんですが。

M：あ、それなら、**すぐそこの角を左に行ってください。**

F：はい、左ですね。

M：しばらく行くと大通りに出ます。**大通りに出てちょっと右に行くと横断歩道があります。**

F：はい。

M：**そこを渡ってすぐ左側にあります。**

F：そうですか。ありがとうございました。

M：いいえ。

女の人はどこからバスに乗りますか。

### 答え　2

すぐそこの角を左に行ってください。Please turn left at that corner right over there.／Hãy đi về phía trái góc ngay kia.

大通りに出てちょっと右に行くと横断歩道があります。After you get out on the big avenue, go a little bit to the right and there will be a crosswalk.／Ra đường lớn, đi về bên phải một chút sẽ có đường băng qua dành cho người đi bộ.

そこ（横断歩道）を渡ってすぐ左側にあります。Cross there (the crosswalk) and it will be immediately on the left.／Băng qua đó (đường băng qua dành cho người đi bộ) thì sẽ nằm ngay bên trái.

♪ 地図に印をつけながら聞こう。Make notes on the map as you listen.／Hãy vừa nghe vừa đánh dấu lên bản đồ.

❤ 角を右／左に行く　角を右／左に曲がる　横断歩道を渡る　右側／左側

## 6番 ♫ BPT_N4_3_10

会社で男の人と女の人が話しています。女の人はこれから何をしますか。

M：お客さんの名前、パソコンに入力した？

F：はい、今、終わりました。

M：そうか。じゃ、もう時間だから、**今日はこれで帰っていいよ。**

F：あの、書類のコピーもまだやっていないんです。それからメールの返事も。

M：書類は明日の会議で使うんだよね。**コピーもメールも明日でいいよ。**

F：そうですか。じゃ、**お先に失礼します。**

M：うん。お疲れさま。

女の人はこれから何をしますか。

### 答え　4

今日はこれで帰っていいよ。Today you can go home now.／Hôm nay đến đây là về được rồi đấy.

コピーもメールも明日でいいよ。You can take care of the copies and email tomorrow.／Phô-tô với e-mail thì ngày mai cũng được.

♪ 絵を見て、もう終わったことと、明日することに×をつけながら聞こう。As you listen, look at the illustrations and cross out the actions that are already completed or will be done tomorrow.／Hãy nghe vừa nhìn hình để đánh dấu X vào việc đã xong và việc ngày mai sẽ làm.

💡 お先に失礼します：他の人より早く帰る時に言う。Expression said when leaving a place before others.／Nói khi về sớm hơn người khác.

## 7番 ♫ BPT_N4_3_11

会社で男の人と女の人が話しています。男の人は女の人に何を買ってきますか。

M：忙しそうですね。飲み物でも買ってきましょうか。

F：あ、ありがとう。じゃ、コーヒーをお願い。

M：缶コーヒーでいいですか。

F：あ、そうじゃなくて、**カップに入っているコーヒー**。

M：じゃ、１階のカフェで買ってきます。砂糖とミルクはどうしますか。

F：そうね。ミルクだけお願い。

M：はい、わかりました。ちょうど僕も何か飲みたかったので。

F：よろしく。

男の人は女の人に何を買ってきますか。

**答え　3**

カップに入っているコーヒー coffee in a cup／cà phê được cho vào trong ly

ミルクだけお願い。Just milk, please.／Làm ơn chỉ lấy sữa thôi.

♪ 缶コーヒーは×、カップに入っているコーヒーで、ミルクだけついているものを選ぶ。Choose the illustration that matches the woman's preferences: coffee in a cup, not in a can, with just milk added.／Cà phê lon thì không được, chọn cà phê được cho vào trong ly, chỉ có sữa kèm theo.

❗「ちょうど」と「ちょっと」

ちょうど：(この会話では)タイミングが合っている Here, this is used indicate that the timing is just right.／Trong đoạn hội thoại này có nghĩa là đúng thời điểm　🔲 ちょうどどこかに行きたいと思っていた時に、友達が散歩に誘ってくれました。Just when I was thinking about going out somewhere, a friend invited me to go for a walk.／Vừa định muốn đi đâu đó thì đúng lúc người bạn rủ đi dạo.　※ちょっと＝少し

## 8番 ♫ BPT_N4_3_12

美術館の入り口でガイドが話しています。持って入ってもいいものは何ですか。

F：では、皆さん、中に入る前に、お願いがあります。**大きい荷物はロッカーに入れてください**。**傘も傘立てに置いてください**。中に持って入ることはできません。**カメラはいいです**。では、２時間後に、こことは反対側の出口に集まってください。

持って入ってもいいものは何ですか。

第3回 言語知識〈文字・語彙〉 言語知識〈文法〉・読解 聴解

**答え　2**

大きい荷物はロッカーに入れてください。Please put your large belongings in a locker.／Hãy cho hành lý lớn vào tủ khóa.

傘も傘立てに置いてください。Please put your umbrellas in the umbrella stand.／Hãy để cả dù ở kệ dù.

カメラはいいです。You can take cameras with you.／Máy ảnh thì được.

💡 ダメなものは大きい荷物と傘。持って入ってもいいものはカメラ。Large belongings and umbrellas cannot be taken inside, but cameras are allowed.／Đồ không được đem vào là hành lý lớn và dù. Đồ đem vào được là máy ảnh.

「大きい荷物はロッカーに入れてください」⇒ 小さいバッグはダメとは言っていない。The guide does not say that small bags are not allowed.／Không nói túi nhỏ không được.

---

問題2（ポイント理解 Point comprehension／Hiểu điểm quan trọng）

**例**　♬ BPT_N4_3_14

日本語学校で男の留学生と女の留学生が話しています。女の留学生はどうしてこの学校を選びましたか。女の留学生です。

M：リンさんはどうしてこの学校を選びましたか。

F：国で、この学校を卒業した人たちから、とてもいい学校だと聞きましたから。

M：そうですか。授業料は高くないですか。

F：少し高いですね。でもそれはあまり問題じゃありません。タンさんはどうしてこの学校を選びましたか。

M：僕は、いい先生が多いと聞きましたから。それから場所も便利です。

F：ああ、そうですか。

女の留学生はどうしてこの学校を選びましたか。

**答え　1**

**1番**　♬ BPT_N4_3_15

日本語学校で先生が話しています。学生は水曜日までに何をしなければなりませんか。

F：来週の木曜日は、皆さんにスピーチをしてもらいます。前の時は「自分が好きなこと」でしたね。今度は自分が写っている写真を見せながら話してください。写真は皆さんのスマホに入っているものを大きい画面に映します。水曜日までにスピーチのタイトルを決めて、この紙に書いて出してください。

学生は水曜日までに何をしなければなりませんか。

**答え　4**

水曜日までにスピーチのタイトルを決めて、この紙に書いて出してください。I want you to choose a title for your speech, write it down on this sheet, and turn it in by Wednesday.／Đến thứ tư hãy quyết định tiêu đề bài thuyết trình và viết vào giấy này để nộp.

♬ 質問の「水曜日までに」することをきちんと聞き取ろう。Pay close attention to what needs to be done by Wednesday.／Hãy nghe kỹ việc sẽ làm đến thứ tư.

## 2番 ♬ BPT_N4_3_16

車で走りながら男の人と女の人が話しています。どうして道が込んでいますか。
M：なんか、今日、道が込んでいるね。
F：いつもはそんなに込む時間じゃないのに、どうしてかな。
M：事故があったのかもしれないね。
F：うーん、あ、そういえば今日、この先のホールでアイドルグループのコンサートがあるんじゃない？
M：あ、そうだね。でも、コンサートは夜だから、まだ早いよ。
F：そうかー。
M：あ、あそこで工事をしているよ。
F：あ、だから込んでいるんだね。
どうして道が込んでいますか。

## 答え　4

あそこで工事をしているよ。There's some construction work going on over there.／Ở đằng kia có công trình đấy.
だから込んでいるんだね。So that's why there's a lot of traffic, huh?／Cho nên mới đông vậy nhi.
■ ～。だから…：「～」は原因／理由。「…」はその結果を表す。In this pattern, ~ indicates a cause or reason, and ... states the result.／"~" là nguyên nhân / lý do. "..." diễn tả kết quả đó. 例 あの店のラーメンは安くておいしいです。だからいつも込んでいます。That restaurant serves cheap but tasty ramen. That's why it's always packed.／Mì ramen của tiệm đó thì rẻ và ngon. Cho nên lúc nào cũng đông.

## 3番 ♬ BPT_N4_3_17

テレビで男の人がパン屋の前で話しています。このパン屋のパンはどうして人気がありますか。
M：ここは、この町で一番人気のあるパン屋さんです。70年ぐらい前からあるんです。70年前には、この町にはパンを食べる人は多くありませんでした。それで、安くて、そしてパンに慣れていない人たちもおいしいと思うパンを考えました。ですから、このパンはこの町の人たちが好きな味なんです。その味は今も同じです。それで人気があるんですね。おしゃれなパンではありませんけど…。
このパン屋のパンはどうして人気がありますか。

## 答え　3

このパン屋のパンはどうして人気がありますか。Why is the bakery's bread popular?／Tại sao tiệm bánh mì này được yêu thích vậy?
ここのパンはこの町の人たちが好きな味なんです。The bakery's bread matches the taste preferences of the

people in this town.／Bánh mì ở đây có vị mà mọi người trong thị trấn này thích.

それで人気があるんですね。 That's why it's so popular.／Vì vậy mà được yêu thích nhỉ.

♪ パン屋の説明の中から、人気のある理由は何か聞き取ろう。 As you listen to the description of the bakery, focus on identifying the part that explains the reason behind its popularity.／Hãy nghe xem lý do được yêu thích là gì từ trong phần giới thiệu về tiệm bánh mì.

💡 〜。それで…：〜が原因／理由。…がその結果を表す。 例 風邪を引きました。それで学校を休みました。 I caught a cold. That's why I was off from school.／Tôi đã bị cảm. Vì vậy tôi đã nghỉ học.

♥ 人気がある 例 人気がある俳優／歌手／映画／レストラン　など

# 4番 ♬ BPT_N4_3_18

料理を食べながら女の人と男の人が話しています。どうしていつもの味と違いますか。

F：あれ、なんかこの味、いつもと違う。

M：あ、やっぱり？

F：何か入れるのを忘れた？ それとも塩を入れすぎたとか、スパイスを間違えたとか？

M：それは大丈夫。肉もちゃんと入れたんだよ。でも実は、玉ねぎが1個しかなかったから…。いつもは3個入れるんだけど。

F：あ、だからだ。

M：ごめん、今日はこれで我慢して。

F：うん、わかった。

どうしていつもの味と違いますか。

## 答え 4

どうしていつもの味と違いますか。 Why does the food taste different from usual?／Tại sao khác với vị mọi khi?

実は、玉ねぎが1個しかなかったから（1個しか入れなかった）…。いつもは3個入れるんだけど。 Actually, it's because I had only one onion (so I used only one onion). Usually I use three instead.／Thật ra, vì chỉ có 1 củ hành tây (chỉ cho vào 1 củ) … Mọi khi lúc nào cũng cho vào 3 củ.

♪ 「実は」の後に大切なことを言う場合が多いことに注意。 Important information often follows 実は so listen carefully to this part.／Lưu ý nhiều trường hợp nói điều quan trọng sau "実は".

💡 実は 例 「どうして食べないんですか。」「実はダイエットをしているんです。」 "Why won't you eat?" "Actually, I'm on a diet now."／"Sao bạn không ăn vậy?" "Thật ra tôi đang ăn kiêng."

♥ 〜すぎる ~ too much／~ quá 例 勉強は大切だけど、しすぎるのはよくないです。 Studying is important, but overdoing it isn't good for you.／Học tập là quan trọng nhưng học quá thì không tốt.

我慢する put up with／chịu đựng 例 暑くてもクーラーは使わないで、我慢します。 I don't turn on the air conditioner when it's hot. I just put up with the heat.／Dù nóng tôi cũng chịu đựng, không dùng máy lạnh.

## 5番 ♫ BPT_N4_3_19

家でスーパーの広告を見ながら男の人と女の人が話しています。この店はどうして安売りをして
いますか。

M：ねえねえ、このスーパー、安売りをしているよ。いつもは安売りはしないのに、どう
　　したんだろう。他のスーパーより高いから、売れないのかな。

F：あ、もしかすると閉店セール？　店をやめるの？

M：違うよ。また1か月後にオープンって書いてある。中を新しくするんだね。

F：そういうことか。あ、チーズケーキが安い。これ、すごくおいしいよね。

M：そうだね。あ、それから、外国のワインも安いよ。ここのワイン、店の人が海外に
　　行って自分で選んでくるらしいよ。

F：じゃ、後で行ってみよう。

この店はどうして安売りをしていますか。

### 答え　2

この店はどうして安売りをしていますか。Why is the store having a sale?／Tại sao tiệm này bán rẻ vậy?

もしかすると閉店セール？I wonder if they're having a closeout sale.／Hay là bán hạ giá đóng cửa tiệm?

1か月後にオープンって書いてある。It says they will reopen in a month.／Có viết là 1 tháng sau khai trương.

そういうことか。So that's what's going on.／Ra là như vậy.

🔾「1か月後にオープン」＝1か月、店を休む The store will temporarily close for a month.／nghỉ tiệm 1 tháng
　　⇒ セールをしている理由 This is the reason for the sale.／đây là lý do bán hạ giá

💙 もしかすると：予測する時使う Used when speculating about something.／sử dụng khi dự đoán　　例 道が込ん
でいますね。もしかすると、事故があったかもしれません。The traffic is backed up, huh? Maybe there was an
accident.／Đường đông nhỉ. Hay là có tai nạn không chừng.

## 6番 ♫ BPT_N4_3_20

道で男の人と女の人が話しています。女の人はどうして会社を辞めましたか。

F：あ、ジョンさん、久しぶりです。お元気でしたか。

M：あ、洋子さん、おかげさまで元気です。会社を辞めたそうですね。

F：ええ、そうなんです。給料は高かったんですけど、とても大変で。

M：そうだったんですか。

F：毎日帰りが遅くて、体の具合が悪くなったんです。母も心配していました。

M：そうですか。それで、今はどうしているんですか。

F：別の会社に勤めています。仕事も面白いです。

M：それはよかったですね。

女の人はどうして会社を辞めましたか。

### 答え　2

給料は高かったんですけど、とても大変で。The pay was good, but the job was very tough.／Tiền lương cao nhưng rất vất vả.

毎日帰りが遅くて、体の具合が悪くなったんです。My health became bad because I was getting home late every night.／Ngày nào cũng về trễ, tình trạng sức khỏe trở nên xấu đi.

💡〜んだ／んです：事情・状況、理由を説明する時に使う。Used when explaining circumstances or reasons.／Sử dụng khi giải thích sự việc, tình trạng, lý do. 例 お腹がぺこぺこです。朝から何も食べていないんです。I'm starving. I haven't eaten anything all day (lit., since the morning).／Đói meo. Từ sáng chưa ăn gì cả.

## 7番 ♫ BPT_N4_3_21

---

学校で男の学生と女の留学生が話しています。留学生は何が残念でしたか。

M：あ、レナさん、おかえりなさい。国はどうでしたか。

F：とても楽しかったです。友達に会って一緒に食事をしたり、両親と旅行をしたりしました。

M：それはよかったですね。

F：ええ。ただ、妹が忙しくて会えなかったんです。残念でした。

M：妹さんは遠くに住んでいるんですか。

F：ええ。ですから、両親もあまり会えません。

M：じゃ、ご両親はさびしいですね。

F：ええ。そうですね。

留学生は何が残念でしたか。

---

## 答え 3

妹が忙しくて会えなかったんです。残念でした。My sister was too busy for us to get together. That was unfortunate.／Em gái bận rộn nên không gặp được. Thật tiếc.

💡〜んだ／んです：事情・状況、理由を説明する時に使う。Used when explaining circumstances or reasons.／Sử dụng khi giải thích sự việc, tình trạng, lý do.

❤〜たり〜たりする 例 休みの日は掃除をしたり洗濯をしたりします。I do things like housecleaning and laundry on my days off.／Ngày nghỉ, tôi quét dọn, giặt giũ. 暇な時は本を読んだりゲームをしたりします。I do things like reading books and playing games during my spare time.／Khi rảnh thì tôi đọc sách, chơi game.

## 問題3（発話表現 Utterance expressions／Diễn đạt bằng lời）

## 例 ♫ BPT_N4_3_24

---

先生に明日までに宿題を出しなさいと言われました。先生に何と言いますか。

M：1. はい、ありがとうございます。

　　2. はい、わかります。

　　3. はい、わかりました。

---

## 答え　3

### 1番 ♫ BPT_N4_3_25

開店は11時です。外で待っているお客さんに何と言いますか。Your shop opens at 11 o'clock. What do you say to customers waiting outside?／Giờ mở cửa là 11 giờ. Bạn sẽ nói gì với khách đang chờ ở ngoài.

F：1．もうしばらく待たせてください。Please let me wait a little more./Vui lòng cho chờ một chút.

2．もうしばらくお待ちください。Please wait a little more./Vui lòng chờ một chút.

3．もうしばらくお待ちします。I'll wait a little more./Tôi sẽ chờ một chút ạ.

## 答え　2

👤 お待ちください：人に待ってもらう／人を待たせる場合に使う。Used to ask someone to wait for something.／Sử dụng trong trường hợp được người khác chờ / bắt người khác chờ.

💬 待たせてください：自分が待つことの許可を得たい時に使う。Used to ask permission for you to wait.／Sử dụng khi muốn ai đó cho phép mình chờ.

　お待ちします：自分が待つ。「待つ」の謙譲語。This is a humble form of 待つ and means the speaker will wait.／Bản thân mình chờ. Từ khiêm nhường của "待つ".

### 2番 ♫ BPT_N4_3_26

友達が大学の入学試験に合格しました。何と言いますか。A friend passed a university entrance exam. What do you say?／Người bạn đã đậu kỳ thi tuyển sinh đại học. Bạn sẽ nói gì?

F：1．どうもありがとう。Thank you.／Cảm ơn.

2．本当に楽しかったね。It was really fun, wasn't it?／Thật sự vui nhỉ.

3．おめでとう。よかったね。Congratulations. I'm glad for you.／Chúc mừng bạn. Mừng quá nhỉ.

## 答え　3

👤 合格した人に言う言葉は「おめでとう」。おめでとう is an expression that would be said to someone who has passed an exam.／Từ để nói với người đã đậu kỳ thi là "おめでとう".

### 3番 ♫ BPT_N4_3_27

名前の読み方が知りたいです。何と言いますか。You want to know how to read someone's name. What do you say?／Bạn muốn biết cách đọc tên. Bạn sẽ nói gì?

F：1．この名前、何と読むんですか。How is this name read?／Tên này đọc là gì ạ?

2．どれがこの人の名前ですか。Which one is this person's name?／Đâu là tên của người này?

3．これ、何の名前ですか。What is this the name of?／Cái này, tên là gì?

## 答え　1

■ 何と読むんですか：漢字の読み方などを人に聞きたい時に使う。Used to ask someone how certain kanji are read.／Sử dụng khi muốn hỏi người khác về cách đọc chữ Hán v.v.

## 4番 ♫ BPT_N4_3_28

料理をお客さんに出しています。何と言いますか。You are serving food to guests. What do you say?／Đem món ăn đến cho khách. Bạn sẽ nói gì?

M：1．さあ、食べに行きましょう。All right, let's go out to eat before the others.／Nào, hãy đi ăn nào.

2．はい、いただきます。Yes, thank you for this food.／Vâng, tôi xin phép dùng.

3．どうぞ、召し上がってください。Please help yourself.／Xin mời quý khách dùng.

## 答え　3

■ 召し上がる：「食べる」の尊敬語 Honorific form of 食べる.／từ kính ngữ của "食べる".

## 5番 ♫ BPT_N4_3_29

教科書を忘れてしまいました。隣の人に何と言いますか。You forgot to bring your textbook. What do you say to the person next to you?／Bạn lỡ quên sách giáo khoa. Bạn sẽ nói gì với người bên cạnh.

F：1．教科書、見せてもらう？Do you want them to show us the textbook?／Được cho xem sách giáo khoa?

2．教科書、見せてくれる？Could you let me see your textbook?／Cho tôi xem sách giáo khoa chứ?

3．教科書、見せてあげる？Do you let someone see your textbook?／Tôi cho xem sách giáo khoa nhé?

## 答え　2

■ 教科書、見せてくれる？：「教科書を見せてくれますか?」「見せてください」の意味。

♥ ～てもらう：AはBに～てもらう ※～する人＝B　A asks B to do ~ for A.／A được B làm ~

　～てくれる：Aが私に～てくれる ※～する人＝A　A does ~ for me.／A làm ~ cho tôi

　～てあげる：AはBに～てあげる ※～する人＝A　A does ~ for B.／A làm ~ cho B

## 問題4（即時応答 Quick response／Trả lời nhanh）

## 例 ♫ BPT_N4_3_31

M：3時のバスは、もう出ましたか。

F：1．はい、バスは来ませんでした。

2．いえ、まだです。

3．出てもいいですよ。

## 答え　2

# 1番 ♬ BPT_N4_3_32

> F：すみません、ここに、座ってもいいですか。Excuse me, may I sit here?／Xin lỗi, tôi ngồi đây được không ạ?
>
> M：1．じゃ、いいですか。Well, then, do you mind?／Vậy, được chứ?
>
>  2．あ、いいですよ。どうぞ。Oh, sure. Please feel free.／À, được mà. Mời chị.
>
>  3．あ、座らなくても大丈夫です。Oh, you don't have to sit.／À, không ngồi cũng không sao.

## 答え　2

💡「〜てもいいですか」⇒【はい】「いいですよ／どうぞ」

【いいえ】「すみませんが、〜ないでください」「すみません、ちょっと…」

# 2番 ♬ BPT_N4_3_33

> M：その仕事、終わったら、こっちを手伝って。After you finish that job, help me with this one.／Xong việc đó rồi thì giúp tôi chỗ này.
>
> F：1．いえ、手伝わなくてもいいです。No, you don't have to help me.／Không, không giúp cũng được.
>
>  2．あ、終わったんですね。Oh, so it's finished, huh?／À, xong rồi à?
>
>  3．はい。じゃ、これ、急いでやってしまいます。Sure. I'll try to get this done quickly.／Vâng. Vậy để tôi làm gấp cho xong cái này.

## 答え　3

💡終わったら：「終わったあとで」の意味。まだ終わっていない。This means 終わったあとで, so it indicates that the job isn't finished yet.／Có nghĩa là "終わったあとで". Vẫn chưa xong.

# 3番 ♬ BPT_N4_3_34

> F：早くしないと遅れるよ。We'll be late if you don't hurry.／Không mau là trễ đấy.
>
> M：1．へえ、そんなことがあったの。Wow, I didn't know that such a thing happened.／Chà, đã có chuyện như thế sao?
>
>  2．わかったよ。ちょっと待ってよ。I know. Just wait another second.／Biết rồi. Chờ chút đi.
>
>  3．それは大変だったね。That was tough, huh?／Vậy vất vả quá nhỉ.

## 答え　2

💡早くしないと遅れるよ：早くしてほしいという気持ちを表している。Expresses that the speaker wants the listener to hurry up with some task.／Diễn tả cảm giác mong muốn làm nhanh.

第3回

言語知識（文字・語彙）

言語知識（文法）・読解

聴解

111

# 4番 ♫ BPT_N4_3_35

M：ユーさん、国に帰ったらどうするの？ What will you do after you get back to your country Yu-san?／Chị Yu, khi về nước rồi thì chị sẽ làm gì ?

F：1. まず、仕事を探します。For starters, I'm going to look for a job.／Trước hết tôi sẽ tìm việc làm.

　　2. 必ず、連絡しますね。I'll be sure to get in touch with you.／Chắc chắn tôi sẽ liên lạc nhé.

　　3. 両親が待っていますから。I'm going because my parents are waiting for me.／Vì cha mẹ tôi đang chờ.

### 答え　1

💡 どうするの：ユーさんがどうするか聞いている。The man is asking the woman what she will do.／Hỏi Yu-san sẽ làm gì?

# 5番 ♫ BPT_N4_3_36

F：風邪を引いて休んでいたんでしょう。もう大丈夫？ You were away from work with a cold, I heard. All better now?／Anh bị cảm nên đã nghỉ phải không? Ổn rồi chứ?

M：1. 大丈夫かもしれないね。It might be okay.／Có lẽ ổn nhỉ.

　　2. え、そうだったの。Oh, is that what happened?／Ơ, vậy sao?

　　3. うん。もうすっかり治ったよ。Yeah. I'm all better now.／Ừm, đã khỏe hẳn rồi.

### 答え　3

😀 風邪を引いて休んでいた＝（今は休んでいない。つまり来ている）⇒ 今は治っている。This implies that the speaker has already gotten better.／Bây giờ đã khỏi hẳn.

# 6番 ♫ BPT_N4_3_37

M：道がわからないの？　一緒に行こうか？ You don't know how to get there? Do you want to go there together?／Không biết đường à? Hay tôi đi chung nhé?

F：1. 本当ですか。ありがとうございます。You don't mind? Thanks.／Thật à? Cảm ơn anh.

　　2. はい、おかげさまで。Yes, thanks to you.／Vâng, nhờ trời.

　　3. そうなんですか。心配ですね。Is that so? That's worrying.／Vậy sao? Đáng lo nhỉ.

### 答え　1

🎵 女の人は「一緒に行こうか」と言う相手の言葉をありがたいと思っている。The woman appreciates the man's offer of 一緒に行こうか.／Người phụ nữ thấy biết ơn trước lời nói của đối phương là "一緒に行こうか".

😀 道がわからない：行きたい場所への行き方がわからない。This means that someone doesn't know how to get somewhere he/she wants to go.／Không biết cách đi đến nơi muốn đi.

## 7番 ♬ BPT_N4_3_38

F：これ、部長のところに持っていきましょうか。 Shall I take this to the department manager?／
Tôi đem cái này đến chỗ trưởng phòng nhé?

M：1．はい、持っていきます。 Yes, I'll take it.／Vâng, tôi sẽ đem đi.

2．あ、お願いします。 Oh, please do that for me.／À, nhờ chị.

3．それはご苦労さまでした。 Thank you for all the hard work.／Vậy chị vất vả rồi.

### 答え　2

💡 ～ましょうか：申し出る時に使う Used to suggest something.／sử dụng khi đề nghị
⇒ ～してほしいと思う時は「お願いします」と答える。 The response when accepting such an offer would be
お願いします.／Khi mong muốn được làm ~ thì trả lời "お願いします".

## 8番 ♬ BPT_N4_3_39

F：新入社員のレポート、もうご覧になりましたか。 Have you read the new hire's report?／Anh
đã xem bài báo cáo của nhân viên mới chưa?

M：1．うん、書いたよ。 Yeah, I wrote it.／Ừm, tôi viết rồi.

2．うん、出したよ。 Yeah, I sent it out.／Ừm, tôi nộp rồi.

3．うん、見たよ。 Yeah, I looked at it.／Ừm, tôi xem rồi.

### 答え　3

💡 ご覧になる：「見る」の尊敬語。 Honorific form of 見る.／từ kính ngữ của "見る"

# 採点表 Scoresheet／Bảng tính điểm　N4 第3回

## 得点区分別得点 Scores by scoring section／Tính điểm theo từng phần riêng

### 言語知識（文字・語彙） Language Knowledge (Vocabulary)／Kiến thức Ngôn ngữ (Từ vựng)

| 大問 Question／Câu hỏi lớn | 配点 Points／Thang điểm | 正解数 Correct／Số câu đúng | 得点 score／Số điểm đạt được |
|---|---|---|---|
| 問題1 | 1点×9問 | | /9 |
| 問題2 | 1点×6問 | | /6 |
| 問題3 | 1点×10問 | | /10 |
| 問題4 | 1点×5問 | | /5 |
| 問題5 | 2点×5問 | | /10 |

### 言語知識（文法）・読解 Language Knowledge (Grammar)-Reading／Kiến thức Ngôn ngữ (Ngữ pháp)-Đọc hiểu

| 大問 Question／Câu hỏi lớn | 配点 Points／Thang điểm | 正解数 Correct／Số câu đúng | 得点 score／Số điểm đạt được |
|---|---|---|---|
| 問題1 | 1点×15問 | | /15 |
| 問題2 | 2点×5問 | | /10 |
| 問題3 | 3点×5問 | | /15 |
| 問題4 | 3点×4問 | | /12 |
| 問題5 | 5点×4問 | | /20 |
| 問題6 | 4点×2問 | | /8 |

**言語知識（文字・語彙）・読解 合計　/120**

目標点：44点　　基準点：38点

### 聴解 Listening／Nghe

| 大問 Question／Câu hỏi lớn | 配点 Points／Thang điểm | 正解数 Correct／Số câu đúng | 得点 score／Số điểm đạt được |
|---|---|---|---|
| 問題1 | 3点×8問 | | /24 |
| 問題2 | 3点×7問 | | /21 |
| 問題3 | 1.4点×5問 | | /7 |
| 問題4 | 1点×8問 | | /8 |

**聴解 合計　/60**

目標点：22点　　基準点：19点

### 総合得点 Total score／Tổng số điểm đạt được　/60

**第3回の目標点：110点　　合格点：90点**

【公表されている基準点と合格点 The official sectional passing score and total passing score／Điểm chuẩn và điểm đậu được công bố】

※「基準点」は各科目に必要な各科目の最低得点です。合計点が「合格点」の90点以上でも、各科目の点数が一つでもこれを下回ると不合格になります。基準点 (sectional passing score) is the minimum score required for passing a particular section. Examinees must achieve or exceed the sectional passing score for all sections to pass the JLPT.／"Điểm chuẩn" là điểm tối thiểu cần đạt được ở các môn để đậu. Dù tổng số điểm là "điểm đậu" 90 điểm trở lên đi nữa mà điểm các môn có một môn dưới điểm chuẩn này thì không đậu.

※「配点」は公表されていません。この模擬試験独自の設定です。 The number of points awarded for each question is not officially announced. The points listed above are only for this practice test.／"Thang điểm" cho từng câu hỏi thì không được công bố. Đây là thiết lập riêng của bài thi thử này.

※「目標点」は、本試験に絶対合格するためにこの模擬試験で何点取る必要があるかを示したものです。通常は、本試験では模擬試験よりも低い点数になるので、公表されている基準点と合格点よりも高めに設定しています。また、総合得点の目標点は、回を重ねるごとに高くなっています。 目標点 (target scores) are the scores you need to get in this practice test to put yourself in position to pass the JLPT. The target scores have been set higher than the announced passing scores since scores in real tests tend to be lower than in practice tests. The target total score progressively rises for the three practice tests in this book.／"Điểm mục tiêu" là điểm thể hiện cần bao nhiêu điểm trong bài thi thử này để chắc chắn đậu kỳ thi thật. Thông thường, bài thi thật sẽ có điểm thấp hơn bài thi thử nên điểm mục tiêu này được đặt cao hơn một chút so với điểm chuẩn và điểm đậu được công bố. Ngoài ra, điểm mục tiêu trong tổng số điểm đạt được sẽ dần cao lên ở mỗi lần làm bài thi thử.

かいとうようし

# N4 げんごちしき(もじ・ごい)

じゅけんばんごう
Examinee Registration Number

なまえ
Name

〈ちゅうい Notes〉

1. くろいえんぴつ(HB、No.2)でかいてください。
   Use a black medium soft (HB or No.2) pencil.
   (ペンやボールペンではかかないでください。)
   (Do not use any kind of pen.)
2. かきなおすときは、けしゴムできれいにけして
   ください。
   Erase any unintended marks completely.
3. きたなくしたり、おったりしないでください。
   Do not soil or bend this sheet.
4. マークれい Marking Examples

| よいれい Correct Example | わるいれい Incorrect Examples |
|---|---|
| ● | ⊘ ◯ ◐ ⊗ ⊜ ⊖ ● |

**もんだい1**

| | 1 | 2 | 3 | 4 |
|---|---|---|---|---|
| 1 | ① | ● | ③ | ④ |
| 2 | ① | ② | ③ | ● |
| 3 | ● | ② | ③ | ④ |
| 4 | ● | ② | ③ | ④ |
| 5 | ① | ② | ● | ④ |
| 6 | ● | ② | ③ | ④ |
| 7 | ① | ● | ③ | ④ |
| 8 | ● | ② | ③ | ④ |
| 9 | ① | ② | ③ | ● |

**もんだい2**

| | 1 | 2 | 3 | 4 |
|---|---|---|---|---|
| 10 | ① | ② | ● | ④ |
| 11 | ① | ● | ③ | ④ |
| 12 | ① | ● | ③ | ④ |
| 13 | ● | ② | ③ | ④ |
| 14 | ① | ② | ③ | ● |
| 15 | ① | ② | ● | ④ |

**もんだい3**

| | 1 | 2 | 3 | 4 |
|---|---|---|---|---|
| 16 | ① | ② | ● | ④ |
| 17 | ● | ② | ③ | ④ |
| 18 | ① | ② | ③ | ● |
| 19 | ① | ② | ● | ④ |
| 20 | ● | ② | ③ | ④ |
| 21 | ① | ② | ③ | ● |
| 22 | ● | ② | ③ | ④ |
| 23 | ① | ② | ③ | ● |
| 24 | ● | ② | ③ | ④ |
| 25 | ① | ● | ③ | ④ |

**もんだい4**

| | 1 | 2 | 3 | 4 |
|---|---|---|---|---|
| 26 | ① | ● | ③ | ④ |
| 27 | ① | ② | ● | ④ |
| 28 | ① | ● | ③ | ④ |
| 29 | ① | ② | ③ | ● |
| 30 | ① | ② | ● | ④ |

**もんだい5**

| | 1 | 2 | 3 | 4 |
|---|---|---|---|---|
| 31 | ① | ② | ③ | ● |
| 32 | ① | ● | ③ | ④ |
| 33 | ① | ② | ● | ④ |
| 34 | ● | ② | ③ | ④ |
| 35 | ① | ② | ③ | ④ |

# かいとうようし

# N4 げんごちしき(ぶんぽう)・どっかい

じゅけんばんごう
Examinee Registration Number

なまえ
Name

〈ちゅうい Notes〉

1. くろいえんぴつ(HB、No.2)でかいてください。
Use a black medium soft (HB or No.2) pencil.
(ペンやボールペンではかかないでください。)
(Do not use any kind of pen.)

2. かきなおすときは、けしゴムできれいにけして
ください。
Erase any unintended marks completely.

3. きたなくしたり、おったりしないでください。
Do not soil or bend this sheet.

4. マークれい Marking Examples

| よいれい<br>Correct<br>Example | わるいれい<br>Incorrect Examples |
| --- | --- |
| ● | ⊘ ◌ ◯ ⊙ ⟋ ⊖ ⊛ ⊝ ◍ |

## もんだい1

| | ① | ② | ③ | ④ |
| --- | --- | --- | --- | --- |
| 1 | | | | |
| 2 | | | | |
| 3 | | | | |
| 4 | | | | |
| 5 | | | | |
| 6 | | | | |
| 7 | | | | |
| 8 | | | | |
| 9 | | | | |
| 10 | | | | |
| 11 | | | | |
| 12 | | | | |
| 13 | | | | |
| 14 | | | | |
| 15 | | | | |

## もんだい2

| | ① | ② | ③ | ④ |
| --- | --- | --- | --- | --- |
| 16 | | | | |
| 17 | | | | |
| 18 | | | | |
| 19 | | | | |
| 20 | | | | |

## もんだい3

| | ① | ② | ③ | ④ |
| --- | --- | --- | --- | --- |
| 21 | | | | |
| 22 | | | | |
| 23 | | | | |
| 24 | | | | |
| 25 | | | | |

## もんだい4

| | ① | ② | ③ | ④ |
| --- | --- | --- | --- | --- |
| 26 | | | | |
| 27 | | | | |
| 28 | | | | |
| 29 | | | | |

## もんだい5

| | ① | ② | ③ | ④ |
| --- | --- | --- | --- | --- |
| 30 | | | | |
| 31 | | | | |
| 32 | | | | |
| 33 | | | | |

## もんだい6

| | ① | ② | ③ | ④ |
| --- | --- | --- | --- | --- |
| 34 | | | | |
| 35 | | | | |

かいとうようし

# N4 ちょうかい

じゅけんばんごう
Examinee Registration Number

なまえ
Name

〈ちゅうい Notes〉

1. くろいえんぴつ(HB、No.2)でかいてください。
Use a black medium soft (HB or No.2) pencil.
(ペンやボールペンではかかないでください。)
(Do not use any kind of pen.)

2. かきなおすときは、けしゴムできれいにけして
ください。
Erase any unintended marks completely.

3. きたなくしたり、おったりしないでください。
Do not soil or bend this sheet.

4. マークれい Marking Examples

| よいれい Correct Example | わるいれい Incorrect Examples |
|---|---|
| ● | ⊘ ◌ ◍ ⊗ ◑ |

## もんだい 1

| | 1 | 2 | 3 | 4 |
|---|---|---|---|---|
| れい | ① | ② | ③ | ● |
| 1 | ① | ② | ● | ④ |
| 2 | ① | ② | ③ | ④ |
| 3 | ● | ② | ③ | ④ |
| 4 | ① | ② | ③ | ④ |
| 5 | ① | ● | ③ | ④ |
| 6 | ① | ② | ③ | ④ |
| 7 | ① | ② | ③ | ④ |
| 8 | ① | ● | ③ | ④ |

## もんだい 2

| | 1 | 2 | 3 | 4 |
|---|---|---|---|---|
| れい | ● | ② | ③ | ④ |
| 1 | ① | ② | ③ | ④ |
| 2 | ① | ② | ③ | ④ |
| 3 | ① | ② | ● | ④ |
| 4 | ① | ② | ③ | ④ |
| 5 | ① | ● | ③ | ④ |
| 6 | ① | ● | ③ | ④ |
| 7 | ① | ② | ③ | ④ |

## もんだい 3

| | 1 | 2 | 3 |
|---|---|---|---|
| れい | ① | ② | ● |
| 1 | ① | ② | ③ |
| 2 | ① | ② | ③ |
| 3 | ● | ② | ③ |
| 4 | ① | ② | ③ |
| 5 | ① | ② | ③ |

## もんだい 4

| | 1 | 2 | 3 |
|---|---|---|---|
| れい | ① | ② | ③ |
| 1 | ① | ② | ③ |
| 2 | ① | ② | ③ |
| 3 | ① | ② | ③ |
| 4 | ● | ② | ③ |
| 5 | ① | ② | ③ |
| 6 | ① | ② | ③ |
| 7 | ① | ② | ③ |
| 8 | ① | ② | ③ |

# N4

## 【ベスト模試　第1回】

## げんごちしき （もじ・ごい）

## （30ぷん）

### ちゅうい
#### Notes

1. しけんが はじまるまで、この もんだいようしを あけないで ください。
   Do not open this question booklet until the test begins.

2. この もんだいようしを もって かえる ことは できません。
   Do not take this question booklet with you after the test.

3. じゅけんばんごうと なまえを したの らんに、じゅけんひょうと おなじように かいて ください。
   Write your examinee registration number and name clearly in each box below as written on your test voucher.

4. この もんだいようしは、ぜんぶで 9ページ あります。
   This question booklet has 9 pages.

5. もんだいには かいとうばんごうの 　1　、　2　、　3　… が あります。 かいとうは、かいとうようしに ある おなじ ばんごうの ところに マークして ください。
   One of the row numbers 　1　, 　2　, 　3　 ... is given for each question. Mark your answer in the same row of the answer sheet.

| じゅけんばんごう　Examinee Registration Number | |
|---|---|

| なまえ　Name | |
|---|---|

もんだい1 _____の ことばは ひらがなで どう かきますか。

1・2・3・4から いちばん いい ものを ひとつ えらんで
ください。

(れい) きょうは 土曜日です。

　　1　とようび　　2　とうようび　　3　どようび　　4　どうようび

　　(かいとうようし)　|(れい)|　①　②　●　④　|

1　それを　売って　ください。

　　1　もって　　　　2　まって　　　　3　とって　　　　4　うって

2　まどから　光が　はいって　きます。

　　1　におい　　　　2　あめ　　　　　3　ひかり　　　　4　かぜ

3　みちを　まがるときは　注意して　ください。

　　1　ちゅい　　　　2　ちゅうい　　　3　しゅい　　　　4　しゅうい

4　きのうは　暑かった　です。

　　1　あたたかかった　　　　　　　　2　あつかった

　　3　おそかった　　　　　　　　　　4　さむかった

5　わたしは　にくの　料理が　すきです。

　　1　りょうり　　　2　りょり　　　　3　ろうり　　　　4　ろり

6　薬を　飲みました。

　　1　みず　　　　　2　くすり　　　　3　ちゃ　　　　　4　さけ

7　去年　だいがくに　はいりました。

　　1　きょうねん　　2　ぎょうねん　　3　きょねん　　　4　ぎょねん

8 今 使って います。

　　1 つかって　　　2 かって　　　　3 つくって　　　4 きって

9 この あたりは 交通が べんりです。

　　1 こつ　　　　　2 こつう　　　　　3 こうつ　　　　4 こうつう

もんだい2 ＿＿＿の ことばは どう かきますか。1・2・3・4から
いちばん いい ものを ひとつ えらんで ください。

---

（れい） やまなかさんを しって いますか。

 1 和って 　　　 2 知って 　　　 3 短って 　　　 4 仕って

（かいとうようし）　 | （れい） | ① | ● | ③ | ④ |

---

**10** あかるい へやが いいです。

 1 赤るい 　　　 2 暗るい 　　　 3 明るい 　　　 4 白るい

**11** プレゼントを きれいな かみで つつみました。

 1 紙 　　　 2 級 　　　 3 線 　　　 4 絵

**12** まいあさ、しんぶんを 読みます。

 1 親問 　　　 2 親聞 　　　 3 新問 　　　 4 新聞

**13** あたらしい ようふくを きて います。

 1 洋復 　　　 2 洋服 　　　 3 羊復 　　　 4 羊服

**14** にもつを 2かいに はこんで ください。

 1 返んで 　　　 2 通んで 　　　 3 運んで 　　　 4 送んで

**15** いしださんは ゆうめいな しょうせつかです。

 1 有名 　　　 2 有明 　　　 3 友名 　　　 4 友明

もんだい3　（　　　）に　なにを　いれますか。1・2・3・4から　いちばん
　　　　　いい　ものを　ひとつ　えらんで　ください。

（れい）　はがきに　きってを（　　　）ください。

　　　　1　もって　　　　2　よって　　　　3　とって　　　　4　はって

　　　（かいとうようし）　（れい）　① ② ③ ●

---

16　りゅうがくを　して、とても　いい（　　　）を　しました。
　　1　ぼうえき　　　　2　かんけい　　　　3　けいけん　　　　4　しんぱい

17　わたしの（　　　）は、本を　読むことです。
　　1　しゅみ　　　　2　ぶんか　　　　3　やすみ　　　　4　かたち

18　この　しなものは（　　　）うれると　おもいます。
　　1　なるべく　　　　2　さっき　　　　3　けっして　　　　4　きっと

19　リンさんは　かならず　かえって　くると（　　　）しました。
　　1　よしゅう　　　　2　やくそく　　　　3　きょういく　　　　4　ようい

20　かんたんな　ことを　まちがえて　しまいました。（　　　）です。
　　1　はずかしい　　　2　やわらかい　　　3　かたい　　　　4　きたない

21　あさの　電車は　とても（　　　）から、のりたくありません。
　　1　とんで　います　　　　　　　　　2　つづいて　います
　　3　こんで　います　　　　　　　　　4　あいて　います

— 4 —

22 わたしが 買った ぎゅうにくは、100（　　　）300円でした。

1 メートル　　　　2 グラム　　　　　3 センチ　　　　　4 ミリ

23 へやを さがして いましたが、やっと いい へやが（　　　）。

1 ひっこしました　　　　　　　　2 なくなりました

3 とりかえました　　　　　　　　4 みつかりました

24 今日は からだの（　　　）が わるいので 会社を やすみます。

1 つごう　　　　　2 ぐあい　　　　　3 ばあい　　　　　4 けしき

25 やまださんは きょうは 来ない そうです。たなかさんに（　　　）
ください。

1 つれて　　　　　2 つかまえて　　　3 つたえて　　　　4 つけて

もんだい4 ＿＿＿の ぶんと だいたい おなじ いみの ぶんが あります。
1・2・3・4から いちばん いい ものを ひとつ えらんで
ください。

（れい） ようこさんと わたしは どうきゅうせいです。

1 ようこさんと わたしは 同じ クラスです。
2 ようこさんと わたしは しんせきです。
3 ようこさんと わたしは 同じ 会社です。
4 ようこさんと わたしは 友だちです。

（かいとうようし）　| （れい） | ● ② ③ ④ |

26 わたしは はやしさんに そうだんしました。
1 わたしは はやしさんに ちゅういを しました。
2 わたしは はやしさんに いけんを 聞きました。
3 わたしは はやしさんに せつめいを しました。
4 わたしは はやしさんに いみを 聞きました。

27 わたしは 日本の 会社に つとめて います。
1 わたしは 日本の 会社が すきです。
2 わたしは 日本の 会社に はいりたいです。
3 わたしは 日本の 会社で はたらいて います。
4 わたしは 日本の 会社を しって います。

28 あした そちらに うかがいます。
1 あした そちらに もどります。
2 あした そちらに れんらくします。
3 あした そちらに でんわします。
4 あした そちらに 行きます。

29　それを　聞いて、とても　よろこんで　います。

　　1　それを　聞いて、とても　うれしいです。

　　2　それを　聞いて、とても　かなしいです。

　　3　それを　聞いて、とても　おこって　います。

　　4　それを　聞いて、とても　おどろいて　います。

30　この　コピーきは　こしょうして　います。

　　1　この　コピーきは　つかっても　いいです。

　　2　この　コピーきは　今　つかって　います。

　　3　この　コピーきは　今　なおして　います。

　　4　この　コピーきは　こわれて　います。

もんだい5　つぎの　ことばの　つかいかたで　いちばん　いい　ものを
　　　　　　1・2・3・4から　ひとつ　えらんで　ください。

(れい)　ちゅうし

　　1　たいふうで　学校が　ちゅうしに　なりました。
　　2　からだに　わるいので　たばこは　ちゅうしに　します。
　　3　あめが　ふったら　うんどうかいは　ちゅうしに　なります。
　　4　しけんが　おわったら　べんきょうは　ちゅうしに　します。

　　(かいとうようし)　| (れい) | ① | ② | ● | ④ |

31　こんど

　　1　こんど　だんだん　さむく　なりましたね。
　　2　こんど　いっしょに　どこかへ　行きませんか。
　　3　こんど　スーパーで　こんばん　食べるものを　買いました。
　　4　こんど　あさごはんを　食べて　いますから、少し　待って　ください。

32　きょうそう

　　1　国と　国が　きょうそうして、たくさんの　人が　しにました。
　　2　しけんの　とき、じかんが　たりなくて　きょうそうしました。
　　3　ねぼうしたので　学校まで　きょうそうしました。
　　4　クラスで　だれが　いちばん　いい　点を　とるか　きょうそうしました。

33　けいかく

　　1　らいねんの　しごとの　けいかくを　たてましょう。
　　2　べんきょうに　つかれる　けいかくが　あるので　もう　ねます。
　　3　わたしは　コーヒーが　飲みたく　なる　けいかくは　ありません。
　　4　冬に　なると　よく　かぜの　けいかくを　たてて　病院へ　行きます。

**34** けす

1 そうじきで ごみを <u>けして</u> きれいに しました。

2 あしたまでの しゅくだいは はやく <u>けしましょう</u>。

3 まちがえた ところは けしゴムで <u>けして</u> ください。

4 シャツの きたない ところを <u>けしました</u>。

**35** れんらく

1 いえを 出るとき、ははが かさを 持って 行きなさいと <u>れんらく</u>しました。

2 あした 来られない 人は、かならず <u>れんらくして</u> ください。

3 テストの ときに となりの 友だちと <u>れんらくしては</u> いけません。

4 クラスの みんなの まえで、じぶんの いけんを <u>れんらくしました</u>。

# N4

## 【ベスト模試　第1回】

げんご ちしき
言語知識（文法）・読解
ぶんぽう　　　　　どっかい

ぷん
（60分）

| じゅけんばんごう 受験番号　Examinee Registration Number | |
|---|---|

| なまえ 名前　Name | |
|---|---|

もんだい1 （　　　）に　何を　いれますか。1・2・3・4から　いちばん　いい
　　　　ものを　ひとつ　えらんで　ください。

（例）　　2時から　1階の　会議室（　　　）ミーティングが　あります。

　　　　1　に　　　　　　2　で　　　　　　3　を　　　　　　4　へ

（解答用紙）　（例）　① ● ③ ④

1 　私の　家から　学校まで、歩いて　5分（　　　）かかりません。

　　1　だけ　　　　　2　しか　　　　　3　なら　　　　　4　あいだ

2 　友だち（　　　）あって、一緒に　食事を　しました。

　　1　を　　　　　　2　へ　　　　　　3　と　　　　　　4　で

3 　駅に　ついたら　電話を　ください。駅（　　　）むかえに　行きますから。

　　1　から　　　　　2　など　　　　　3　より　　　　　4　まで

4 　つかれましたね。コーヒー（　　　）飲みに　行きませんか。

　　1　でも　　　　　2　や　　　　　　3　ほど　　　　　4　と

5 　日本で　びっくり　したこと（　　　）スピーチを　しました。

　　1　に　　　　　　2　と　　　　　　3　によって　　　4　について

6 　山中「今度の　旅行、どこに　行きましょうか。」
　　川村「きれいな　所（　　　）どこでも　いいです。」

　　1　が　　　　　　2　なら　　　　　3　たら　　　　　4　と

**7** （　　　）漢字が　覚えられますか。教えて　ください。

1　どうすれば　　　2　どうやった　　　3　どうした　　　4　どうする

**8** 日本語は（　　　）難しく　なりました。

1　どきどき　　　　2　もうすぐ　　　　3　だんだん　　　　4　あまり

**9** （　　　）しゅくだいが　おわりました。3時間も　かかりました。

1　なかなか　　　　2　きっと　　　　　3　もっと　　　　　4　やっと

**10** 中山「毎日　ラーメン（　　　）食べて　いるの？　野菜も　食べたほうが
　　　　　いいよ。」

　　　木村「うーん。でも、ラーメンは　かんたんだから。」

1　ばかり　　　　　2　ほど　　　　　　3　までに　　　　　4　くらい

**11** 妹は　私が　勉強を（　　　）間、ずっと　ねて　いました。

1　した　　　　　　2　して　いる　　　3　する　　　　　　4　するの

**12** 山中「雨が　ふりそうですね。」

　　　森「そうですね。（　　　）うちに　帰りましょう。」

1　ふる　　　　　　2　ふった　　　　　3　ふらない　　　　4　ふらなかった

**13** 田中「ジーンさんは　今日は　来ないでしょうね。」

　　　川村「え、どうしてですか。」

　　　田中「きのう　ぐあいが（　　　）から。」

1　わるいです　　　　　　　　　　　2　わるそうでした

3　わるいかもしれません　　　　　　4　わるいはずでした

— 2 —

14 学生「この　レポートは　あしたまでに（　　　）か。」

　　先生「いえ、今週中に　書けば　いいですよ。」

　1　書かなければ　いけません　　　　2　書いても　いいです

　3　書いては　いけません　　　　　　4　書いて　います

15 高山「店長、来月の　10日に　テストが　あるんです。それで　9日と　10日、

　　　　（　　　）か。」

　　店長「テストか。いいよ。がんばってね。」

　1　休ませても　いいです　　　　　　2　休んで　くれません

　3　休ませて　もらえません　　　　　4　休んで　もらえます

もんだい2 ___★___ に 入る ものは どれですか。1・2・3・4から いちばん いい ものを 一つ えらんで ください。

(問題例)

にほんごがっこう _____ _____ __★__ _____ して います。
　　　1　べんきょう　　2　にほんご　　3　で　　4　を

(答え方)

1. 正しい 文を 作ります。

---

にほんごがっこう _____ _____ __★__ _____ して います。
　　　　3　で　　2　にほんご　　4　を　　1　べんきょう

---

2. __★__ に 入る 番号を 黒く 塗ります。

(解答用紙)　(例)　① ② ③ ●

---

16 私が _____ _____ __★__ _____ 大きな マンションが たって
います。

　　1　うまれた　　　2　あった　　　3　所に　　　4　家が

17 道を まちがえて 自分 _____ _____ __★__ _____ わからなく
なって しまいました。

　　1　いる　　　　2　どこに　　　3　が　　　4　か

18 駅前に 新しく _____ _____ __★__ _____ ケーキと あじが
にて います。

　　1　むかし 母が よく　　　　　　2　できた
　　3　店の ケーキは　　　　　　　4　つくって くれた

— 4 —

**19** 中山「あれ、田村さん、なんだか つかれて いる ようですね。」

田村「ええ、きょうは とても ＿＿＿＿ ＿＿＿＿ ＿★＿ ＿＿＿＿ んです。」

| 1 しょくじを する | 2 なかった |
|---|---|
| 3 時間も | 4 いそがしくて |

**20** 天気が わるい 日が ＿★＿ ＿＿＿＿ ＿＿＿＿ ＿＿＿＿ のも こまります。

| 1 いやですけど | 2 つづくのは |
|---|---|
| 3 ふらない | 4 あめが |

もんだい3  21  から  25  に 何を  入れますか。文章の  意味を
考えて、1・2・3・4から  いちばん  いい  ものを  一つ
えらんで  ください。

下の  文章は、留学生の  作文です。

---

小さい子ども

リン・メイ

　日本に  来る  前に、私は  日本は  子どもの  数が  少ないと  聞い
て  いました。  21 、私が  住んで  いる  所は  小さい  子どもが
とても  多いです。ベビーカーを  おして  いる  お母さん、自転車に
子どもを  22  お母さんたちが  たくさん  います。外を  歩いて
いるときに、小さい  子どもを  見ないことは  ありません。わかい
人が  たくさん  住んで  いる  所  23 。

　私の  家の  近くに  保育園が  あります。朝は  お母さんか  お父さ
んが  子どもを  つれて  来ます。昼間は  よく  子どもたちが  先生た
ちと  外を  24  見ます。夕方は  お母さんや  お父さんが  子ども
を  むかえに  来ます。子どもたちは  とても  25 。

---

（注）保育園：赤ちゃんから  学校に  入る  前までの  子どもを  あずかって
　　　　　　　くれる  所

**21**

1　それで　　　　2　すると　　　3　でも　　　　　4　だから

**22**

1　乗って　みる　　　　　　　　2　乗せて　いる

3　乗って　もらう　　　　　　　4　乗せて　くれる

**23**

1　でなければ　いけません　　　2　のはずは　ありません

3　でなくても　いいでしょう　　4　だからでしょう

**24**

1　さんぽして　いるのを　　　　2　ないて　いるのを

3　あそんで　いるのを　　　　　4　うたって　いるのを

**25**

1　うれしいそうです　　　　　　2　うれしそうです

3　うれしかったです　　　　　　4　うれしいからです

もんだい4　つぎの(1)から(4)の文章を読んで、質問に答えてください。答えは、
　　　　　1・2・3・4から、いちばんいいものを一つえらんでください。

(1)

学生に大学の研究室からメールがきました。

---

社会学のクラスのみなさん


中川先生は、10月9日から10月20日までお休みです。
その間に、レポートを書いてください。


　　　課題：教科書48ページから72ページまでを読んで、
　　　　　あなたの考えを書いてください。


10月25日までに出してください。

※10月20日までにできた学生は学生課に出してください。
　それ以降は、中川研究室に持ってきてください。


大山大学　中川研究室　助手　村山

---

26　レポートが10月20日までにできた学生は、どうしますか。
　　1　10月20日までに先生の研究室に持っていく。
　　2　10月20日までに学生課に持っていく。
　　3　10月25日までに先生の研究室に持っていく。
　　4　10月25日までに学生課に持っていく。

(2)

　私は仕事でこの間、小学校の頃まで住んでいた町に行きました。20年ぶりでした。駅を出ると、目の前には近代的なビルがきれいにならんでいました。私の思い出にある町とは全然違っていたのです。ちょっとがっかりして、遠くをながめると、そこには昔と変わらない美しい山々がならんでいました。私が大好きなけしきはそのままでした。

27 「私」の今の気持ちはどれですか。
　　1　町が昔のままでつまらない。
　　2　町が近代的になってうれしい。
　　3　山々がそのままでよかった。
　　4　山々が見えなくてざんねんだ。

(3)

山中さんの机の上に、このメモがあります。

---

山中さん

　地震（じしんたいけん）体験センターのことを調べました。

　地震（じしん）の体験（たいけん）ができるのは、10時からと午後1時からと3時からで、予約が必要です。

　今から一週間はもういっぱいだそうです。ですから、体験（たいけん）ができるのは来週の水曜日より後です。

　何日の何時に行きたいか、それから、全部で何人か、知らせてください。地震（じしんたいけん）体験センターに電話をして予約をしますから。

ジョー

---

28　山中さんはジョーさんに何を知らせますか。
1　地震（じしん）の体験（たいけん）は予約が必要なこと
2　これから一週間は体験（たいけん）の予約ができないこと
3　地震（じしん）の体験（たいけん）の予約のやり方
4　体験（たいけん）に行きたい日と時間と人数

(4)

　私は映画を見るのが好きです。ですから夫と一緒に見に行きたいと思います。でも、夫は映画は好きではありません。夫は私に「一緒にサッカーを見に行こう」と言います。私はスポーツは好きではありません。でも、今度、一緒にサッカーを見に行くやくそくをしてしまいました。次は、映画にさそうつもりです。

29 「私」がしたいと思っていることは何ですか。

　　1　夫とサッカーを見に行くこと
　　2　スポーツが好きになること
　　3　夫と映画を見に行くこと
　　4　一人で映画を見に行くこと

もんだい5　つぎの文章を読んで、質問に答えてください。答えは、
　　　　　1・2・3・4から、いちばんいいものを一つえらんでください。

これはビカスさんが書いた作文です。

---

難しい！　日本人の名前

アンディー・ビカス

　　私は、午前中は日本語学校で日本語を勉強して、午後は日本の会社で
はたらいています。

　　日本に来る前に、私は漢字をいっしょうけんめい勉強しました。漢字
の勉強はとてもおもしろいと思いました。そして、生活に使う漢字は、
もう覚えたと思っていました。でも、日本に来てから<u>読めない名前がた
くさんある</u>ことがわかりました。漢字の教科書に出ていた読み方と違う
　①
ことがありますから。例えば、「近藤さん」です。「近」は「ちかい」と
「キン」と読みます。それで、近藤さんに名刺をもらったとき、私は
　　　　　　　　　　　　　　　　　　　　　　　（注）
<u>「きんとうさんですね。」</u>と言ってしまいました。でも、この人の名前は「こ
　②
んどうさん」でした。ほかにも、漢字は知っているけれど、読み方がわ
からない名前がたくさんあります。また、「大谷さん」（おおたにさん／
おおやさん）のように、同じ漢字なのに読み方が違うこともありますから、
<u>びっくりしました。</u>
　③
　　名前が読めなくても、みんながやさしく教えてくれますから、困るこ
とはありません。でも、早くたくさんの人の名前が（　　　　）ようにな
りたいです。

---

（注）名刺：仕事などで使う名前を書いたカード

**30** なぜ「私」が①読めない名前がたくさんあるのですか。

1 漢字を覚えていないから

2 教科書にはない読み方があるから

3 日本人の名前はたくさんあるから

4 難しい漢字がたくさんあるから

**31** なぜ②「きんとうさんですね。」と言いましたか。

1 だれも教えてくれなかったから

2 この名前を聞いたことがあったから

3 この名前の読み方がわからなかったから

4 教科書で覚えたとおりに読んだから

**32** 何に③びっくりしましたか。

1 同じ漢字の名前でも読み方が違うことがあること

2 漢字は知っているのに読めない名前があること

3 日本人が名前を間違えないで読むこと

4 みんながやさしく教えてくれること

**33** （　　　）に入れるのに、いちばんいい文はどれですか。

1 教えられる

2 覚えられる

3 正しく読める

4 正しく書ける

もんだい6　右のページのお知らせを見て、下の質問に答えてください。答えは、
　　　　　1・2・3・4からいちばんいいものを一つえらんでください。

34　リードさんは子ども（8さい）といっしょに読める本をさがしています。子ど
　　もには日本や世界のいろいろな物語を知ってほしいと思っています。リードさん
　　はどの本を借りるといいですか。
　　　1　②
　　　2　③
　　　3　④
　　　4　⑥

35　ポールさんは大川市にひっこしてきました。大川市のことをいろいろ知りたい
　　と思っています。今日借りて、あしたから10日間旅行をするので、持っていくつ
　　もりです。ポールさんはどの本を借りるといいですか。
　　　1　①と⑤
　　　2　③と④
　　　3　①と④
　　　4　④と⑤

# 新しい本が入りました

一度に２冊まで、２週間借りられます。（＊は１週間）

| 本の名前 | 本の説明 |
|---|---|
| ① 「大川市散歩」<br>　　川村太郎 他　著<br>　　田中一郎　　写真 | 写真を見ながら大川市のいろいろな所を歩いてみましょう。いい所がたくさんあります。それを紹介します。 |
| ② ＊「これ、なあに？」<br>　　山本けい子　著 | 親子で楽しめる絵本です。<br>子どもの質問に答えましょう。<br>２〜３歳向け |
| ③ 子ども絵本シリーズ３<br>　「クンちゃんのぼうけん」<br>　　高田ゆみ子　著 | クンちゃんと一緒にぼうけんの旅に出ましょう。夢がふくらむ一冊です。<br>４〜５歳向け |
| ④ 「大川　食べ歩き」<br>　　中村よう子　著 | 大川にはおいしいものがたくさんあります。おいしい店をたくさん紹介しています。 |
| ⑤ ＊「外国人観光客はどこへ？」<br>　　大川市役所　刊 | 大川市に来る外国人観光客が行きたいと思う所はどこか？　観光客が多い所を写真で紹介しています。 |
| ⑥ 「日本の昔話・世界の昔話」<br>　　山田一郎　著 | 絵がたくさん入っていて子どもにもよくわかるようにやさしく書かれています。親子で読むといいでしょう。 |

# N4

## 【ベスト模試 第1回】

ちょうかい
# 聴解

ふん
# （35分）

---

ちゅう　　い
## 注　　意
### Notes

1. 試験が始まるまで、この問題用紙を開けないでください。
   Do not open this question booklet until the test begins.

2. この問題用紙を持って帰ることはできません。
   Do not take this question booklet with you after the test.

3. 受験番号と名前を下の欄に、受験票と同じように書いてください。
   Write your examinee registration number and name clearly in each box below as written on your test voucher.

4. この問題用紙は、全部で16ページあります。
   This question booklet has 16 pages.

5. この問題用紙にメモをとってもいいです。
   You may make notes in this question booklet.

---

| 受験番号　Examinee Registration Number | |
|---|---|

| 名前　Name | |
|---|---|

# もんだい 1

　もんだい1では、まず　しつもんを　聞いて　ください。それから　話を
聞いて、もんだいようしの　1から4の　中から、いちばん　いい　ものを　一つ
えらんで　ください。


## れい

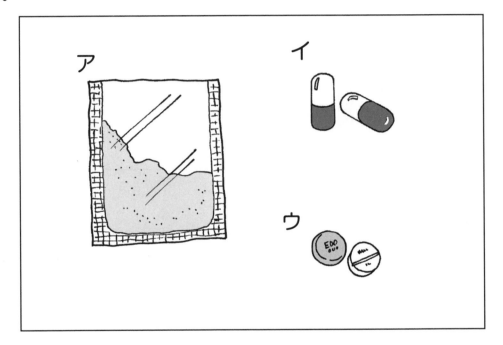

1　ア
2　イウ
3　アイ
4　アイウ

# 1ばん

# 2ばん

| <ruby>月<rt>げつ</rt></ruby> | <ruby>火<rt>か</rt></ruby> | <ruby>水<rt>すい</rt></ruby> | <ruby>木<rt>もく</rt></ruby> | <ruby>金<rt>きん</rt></ruby> | <ruby>土<rt>ど</rt></ruby> | <ruby>日<rt>にち</rt></ruby> |
|---|---|---|---|---|---|---|
|  |  | 1 | 2 | 3 | 4 | 5 |
| 6 | 7 | 8 | 9 | 10 | 11 | 12 |
| 13 | 14 | ⑮ | 16 | ⑰ | 18 | 19 |
| 20 | 21 | ㉒ | 23 | ㉔ | 25 | 26 |
| 27 | 28 | 29 | 30 | 31 |  |  |

1 … 15
2 … 17
3 … 22
4 … 24

# 3ばん

1 35ページから　85ページまで

2 35ページから　80ページまで

3 最初<sub>さいしょ</sub>から　85ページまで

4 最初<sub>さいしょ</sub>から　80ページまで

# 4ばん

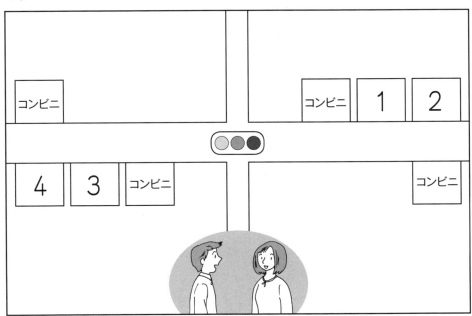

# 5ばん

1 アイエ

2 アイ

3 アウ

4 アエ

# 6ばん

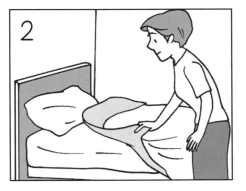

# 7ばん

# 8ばん

# もんだい2

　もんだい2では、まず　しつもんを　聞いて　ください。そのあと、もんだいようしを　見て　ください。読む　時間が　あります。それから　話を　聞いて、もんだいようしの　1から4の　中から、いちばん　いい　ものを　一つ　えらんで　ください。

## れい

1　いい　学校だと　聞いたから
2　じゅぎょうりょうが　高くないから
3　いい　先生が　多いと　聞いたから
4　ばしょが　べんりだから

# 1ばん

1 ほんを　かして　ほしかったから

2 ほんを　かえして　ほしかったから

3 ごめんなさいと　いいたかったから

4 女の人の　家に　行きたかったから

聴解

# 2ばん

1 てんきよほうが　ききたいから

2 あめが　やむのを　まちたいから

3 話が　したいから

4 おちゃが　のみたいから

# 3ばん

1 ティッシュ

2 トイレットペーパー

3 シャンプー

4 せんざい

# 4ばん

1 おいしい ものが たべられること

2 えいがかんが あること

3 子どもが じゆうに あそべること

4 犬と いっしょに 入れること

## 5ばん

1 さいふが　あるから

2 スマホが　あるから

3 銀行の　カードが　あるから

4 スマホと　さいふが　あるから

聴解

## 6ばん

1 かぜを　ひいたから

2 りょうしんを　空港に　むかえに　行ったから

3 りょうしんと　買い物に　行ったから

4 りょうしんを　あんないして　いたから

# 7ばん

1 7時に　えいがかんで

2 6時に　えいがかんで

3 7時に　えきで

4 6時に　えきで

# もんだい 3

もんだい3では、えを　見ながら　しつもんを　聞いて　ください。

➡（やじるし）の　人は　何と　言いますか。1から3の　中から、いちばん
いい　ものを　一つ　えらんで　ください。

## れい

聴解

# 1ばん

# 2ばん

聴解

## 3ばん

## 4ばん

# 5ばん

# もんだい 4

　もんだい4では、えなどが　ありません。まず　ぶんを　聞いて　ください。それから、そのへんじを　聞いて、1から3の　中から、いちばん　いい　ものを　一つ　えらんで　ください。

― メモ ―

# かいとうようし

# N4 げんごちしき（もじ・ごい）

じゅけんばんごう
Examinee Registration
Number

なまえ
Name

〈ちゅうい Notes〉

1. くろいえんぴつ（HB、No.2）でかいてください。
   Use a black medium soft (HB or No.2) pencil.
   （ペンやボールペンではかかないでください。）
   (Do not use any kind of pen.)

2. かきなおすときは、けしゴムできれいにけしてください。
   Erase any unintended marks completely.

3. きたなくしたり、おったりしないでください。
   Do not soil or bend this sheet.

4. マークれい Marking Examples

| よいれい<br>Correct<br>Example | わるいれい<br>Incorrect Examples |
|---|---|
| ● | ⊗ ◯ ◯ ◑ ⊕ ⊙ |

## もんだい 1

| | 1 | 2 | 3 | 4 |
|---|---|---|---|---|
| 1 | ① | ② | ③ | ④ |
| 2 | ① | ② | ③ | ④ |
| 3 | ① | ② | ③ | ④ |
| 4 | ① | ② | ③ | ④ |
| 5 | ① | ② | ③ | ④ |
| 6 | ① | ② | ③ | ④ |
| 7 | ① | ② | ③ | ④ |
| 8 | ① | ② | ③ | ④ |
| 9 | ① | ② | ③ | ④ |

## もんだい 2

| | 1 | 2 | 3 | 4 |
|---|---|---|---|---|
| 10 | ① | ② | ③ | ④ |
| 11 | ① | ② | ③ | ④ |
| 12 | ① | ② | ③ | ④ |
| 13 | ① | ② | ③ | ④ |
| 14 | ① | ② | ③ | ④ |
| 15 | ① | ② | ③ | ④ |

## もんだい 3

| | 1 | 2 | 3 | 4 |
|---|---|---|---|---|
| 16 | ① | ② | ③ | ④ |
| 17 | ① | ② | ③ | ④ |
| 18 | ① | ② | ③ | ④ |
| 19 | ① | ② | ③ | ④ |
| 20 | ① | ② | ③ | ④ |
| 21 | ① | ② | ③ | ④ |
| 22 | ① | ② | ③ | ④ |
| 23 | ① | ② | ③ | ④ |
| 24 | ① | ② | ③ | ④ |
| 25 | ① | ② | ③ | ④ |

## もんだい 4

| | 1 | 2 | 3 | 4 |
|---|---|---|---|---|
| 26 | ① | ② | ③ | ④ |
| 27 | ① | ② | ③ | ④ |
| 28 | ① | ② | ③ | ④ |
| 29 | ① | ② | ③ | ④ |
| 30 | ① | ② | ③ | ④ |

## もんだい 5

| | 1 | 2 | 3 | 4 |
|---|---|---|---|---|
| 31 | ① | ② | ③ | ④ |
| 32 | ① | ② | ③ | ④ |
| 33 | ① | ② | ③ | ④ |
| 34 | ① | ② | ③ | ④ |
| 35 | ① | ② | ③ | ④ |

# かいとうようし

# N4 げんごちしき（ぶんぽう）・どっかい

【 ベスト模試 第 1 回 】

じゅけんばんごう
Examinee Registration
Number

なまえ
Name

## もんだい 1

| | | | | |
|---|---|---|---|---|
| 1 | ① | ② | ③ | ④ |
| 2 | ① | ② | ③ | ④ |
| 3 | ① | ② | ③ | ④ |
| 4 | ① | ② | ③ | ④ |
| 5 | ① | ② | ③ | ④ |
| 6 | ① | ② | ③ | ④ |
| 7 | ① | ② | ③ | ④ |
| 8 | ① | ② | ③ | ④ |
| 9 | ① | ② | ③ | ④ |
| 10 | ① | ② | ③ | ④ |
| 11 | ① | ② | ③ | ④ |
| 12 | ① | ② | ③ | ④ |
| 13 | ① | ② | ③ | ④ |
| 14 | ① | ② | ③ | ④ |
| 15 | ① | ② | ③ | ④ |

## もんだい 2

| | | | | |
|---|---|---|---|---|
| 16 | ① | ② | ③ | ④ |
| 17 | ① | ② | ③ | ④ |
| 18 | ① | ② | ③ | ④ |
| 19 | ① | ② | ③ | ④ |
| 20 | ① | ② | ③ | ④ |

## もんだい 3

| | | | | |
|---|---|---|---|---|
| 21 | ① | ② | ③ | ④ |
| 22 | ① | ② | ③ | ④ |
| 23 | ① | ② | ③ | ④ |
| 24 | ① | ② | ③ | ④ |
| 25 | ① | ② | ③ | ④ |

## もんだい 4

| | | | | |
|---|---|---|---|---|
| 26 | ① | ② | ③ | ④ |
| 27 | ① | ② | ③ | ④ |
| 28 | ① | ② | ③ | ④ |
| 29 | ① | ② | ③ | ④ |

## もんだい 5

| | | | | |
|---|---|---|---|---|
| 30 | ① | ② | ③ | ④ |
| 31 | ① | ② | ③ | ④ |
| 32 | ① | ② | ③ | ④ |
| 33 | ① | ② | ③ | ④ |

## もんだい 6

| | | | | |
|---|---|---|---|---|
| 34 | ① | ② | ③ | ④ |
| 35 | ① | ② | ③ | ④ |

# かいとうようし

# N4 ちょうかい

【 ベスト模試 第1回 】

じゅけんばんごう
Examinee Registration
Number

なまえ
Name

〈ちゅうい Notes〉

1. くろいえんぴつ(HB、No.2)でかいてください。
   Use a black medium soft (HB or No.2) pencil.
   (ペンやボールペンではかかないでください。)
   (Do not use any kind of pen.)

2. かきなおすときは、けしゴムできれいにけして
   ください。
   Erase any unintended marks completely.

3. きたなくしたり、おったりしないでください。
   Do not soil or bend this sheet.

4. マークれい Marking Examples

| よいれい<br>Correct<br>Example | わるいれい<br>Incorrect Examples |
|---|---|
| ● | ⊘ ◌ ◍ ◐ ⊕ ⊖ ◑ |

## もんだい1

| | | | | |
|---|---|---|---|---|
| れい | ① | ② | ③ | ④ |
| 1 | ① | ② | ③ | ④ |
| 2 | ① | ② | ③ | ④ |
| 3 | ① | ② | ③ | ④ |
| 4 | ① | ② | ③ | ④ |
| 5 | ① | ② | ③ | ④ |
| 6 | ① | ② | ③ | ④ |
| 7 | ① | ② | ③ | ④ |
| 8 | ① | ② | ③ | ④ |

## もんだい2

| | | | | |
|---|---|---|---|---|
| れい | ① | ② | ③ | ④ |
| 1 | ① | ② | ③ | ④ |
| 2 | ① | ② | ③ | ④ |
| 3 | ① | ② | ③ | ④ |
| 4 | ① | ② | ③ | ④ |
| 5 | ① | ② | ③ | ④ |
| 6 | ① | ② | ③ | ④ |
| 7 | ① | ② | ③ | ④ |

## もんだい3

| | | | |
|---|---|---|---|
| れい | ① | ② | ③ |
| 1 | ① | ② | ③ |
| 2 | ① | ② | ③ |
| 3 | ① | ② | ③ |
| 4 | ① | ② | ③ |
| 5 | ① | ② | ③ |

## もんだい4

| | | | |
|---|---|---|---|
| れい | ① | ② | ③ |
| 1 | ① | ② | ③ |
| 2 | ① | ② | ③ |
| 3 | ① | ② | ③ |
| 4 | ① | ② | ③ |
| 5 | ① | ② | ③ |
| 6 | ① | ② | ③ |
| 7 | ① | ② | ③ |
| 8 | ① | ② | ③ |

# N4

## 【ベスト模試　第2回】

# げんごちしき (もじ・ごい)

# (30ぷん)

---

## ちゅうい
### Notes

1. しけんが はじまるまで、この もんだいようしを あけないで ください。
   Do not open this question booklet until the test begins.

2. この もんだいようしを もって かえる ことは できません。
   Do not take this question booklet with you after the test.

3. じゅけんばんごうと なまえを したの らんに、じゅけんひょうと おなじように かいて ください。
   Write your examinee registration number and name clearly in each box below as written on your test voucher.

4. この もんだいようしは、ぜんぶで 9ページ あります。
   This question booklet has 9 pages.

5. もんだいには かいとうばんごうの 1 、 2 、 3 … が あります。
   かいとうは、かいとうようしに ある おなじ ばんごうの ところに マークして ください。
   One of the row numbers 1 , 2 , 3 … is given for each question. Mark your answer in the same row of the answer sheet.

---

| じゅけんばんごう　Examinee Registration Number | |
|---|---|

| なまえ　Name | |
|---|---|

もんだい1 ＿＿＿の ことばは ひらがなで どう かきますか。
1・2・3・4から いちばん いい ものを ひとつ えらんで
ください。

---

(れい) きょうは 土曜日です。
　　　1 とようび　　2 とうようび　　3 どようび　　4 どうようび

　　(かいとうようし)　| (れい) | ① | ② | ● | ④ |

---

**1** 指が とても いたいです。
　　1 あたま　　　　2 くび　　　　3 あし　　　　4 ゆび

**2** もう、決めました。
　　1 きめました　　2 とめました　　3 やめました　　4 しめました

**3** 再来週は 学校が やすみです。
　　1 さいらいしゅう　　　　　　2 さらいしゅう
　　3 さいらいげつ　　　　　　4 さらいげつ

**4** 会社を 経営して います。
　　1 けえええ　　2 けいええ　　3 けええい　　4 けいえい

**5** 高い 建物 です。
　　1 けんもの　　2 たてもの　　3 けんぶつ　　4 たてぶつ

**6** 色が きれいです。
　　1 まち　　　　2 そら　　　　3 いろ　　　　4 かたち

**7** 集合の じかんを まもりましょう。
　　1 しゅご　　　2 しゅうご　　3 しゅごう　　4 しゅうごう

8 <u>図</u>を かいて ください。

1 ず        2 え        3 じ        4 ぶん

9 この きかいは ぜんぜん <u>動きません</u>。

1 つきません        2 ひらきません

3 うごきません        4 はたらきません

もんだい2 ＿＿＿の ことばは どう かきますか。1・2・3・4から
いちばん いい ものを ひとつ えらんで ください。

（れい） やまなかさんを しって いますか。

　　　1 和って　　　2 知って　　　3 短って　　　4 仕って

　　（かいとうようし）　| （れい） | ① | ● | ③ | ④ |

[10] 10円玉が おちましたよ。
　　1 汚ちました　　2 倒ちました　　3 下ちました　　4 落ちました

[11] なつは とても あついです。
　　1 夏　　　　　　2 秋　　　　　　3 冬　　　　　　4 春

[12] 今日は しごとに 行きます。
　　1 仕筆　　　　　2 任筆　　　　　3 仕事　　　　　4 任事

[13] ちょっと まって ください。
　　1 特って　　　　2 待って　　　　3 持って　　　　4 侍って

[14] かぞくに あいたいです。
　　1 家族　　　　　2 家庭　　　　　3 屋族　　　　　4 屋庭

[15] ちゅうしょくを 食べました。
　　1 届飯　　　　　2 届食　　　　　3 昼飯　　　　　4 昼食

もんだい3 （　　　）に　なにを　いれますか。1・2・3・4から　いちばん
　　　　　いい　ものを　ひとつ　えらんで　ください。

---

**（れい）** はがきに　きってを　（　　　）ください。

　　　　1　もって　　　　2　よって　　　　3　とって　　　　4　はって

　　　　（かいとうようし）　│ **（れい）** │ ① ② ③ ● │

---

16　目が　わるいので　とおくの　ものが　よく　（　　　）。

　　1　見ません　　　　2　見えません　　　3　聞きません　　　4　聞こえません

17　日本は　子どもが　ひとりで　外を　あるける、とても　（　　　）な国です。

　　1　あんぜん　　　　2　ざんねん　　　　3　てきとう　　　　4　かんたん

18　（　　　）本を　読んだので　よる　ねられませんでした。

　　1　よわい　　　　2　からい　　　　3　こわい　　　　4　おそい

19　にちようびは　（　　　）うちで　本を　読んだり　テレビを　見たり　して
　　います。

　　1　めったに　　　　2　たいてい　　　　3　もし　　　　4　だんだん

20　友だちと　（　　　）して　しまったら、あやまりましょう。

　　1　かいぎ　　　　2　じゅんび　　　　3　かいわ　　　　4　けんか

21　学校の　しゅくだいで　レポートを　書いたとき、インターネットで
　　いろいろな　ことを　（　　　）。

　　1　しらべました　　　　　　　　　2　とどけました
　　3　うつりました　　　　　　　　　4　かざりました

---

22 デパートが とても 大きくて、ぶんぼうぐの （　　　）が

見つからなかったので、店員さんに 聞きました。

1 うけつけ　　　2 うりば　　　　3 マーケット　　4 パート

23 わたしは よく おなじ えいがを 見ます。この えいがを 見るのは

5 （　　　）です。

1 けんめ　　　　2 ほんめ　　　　3 かいめ　　　　4 ばんめ

24 入口で くつを ぬいで、（　　　）を はいて ください。

1 カーテン　　　2 スーツ　　　　3 スカート　　　4 スリッパ

25 うみが 本当に きれいで、（　　　）けしきですね。

1 すばらしい　　2 くわしい　　　3 にがい　　　　4 まずい

もんだい4 ＿＿＿の ぶんと だいたい おなじ いみの ぶんが あります。
1・2・3・4から いちばん いい ものを ひとつ えらんで
ください。

---

（れい）　ようこさんと わたしは どうきゅうせいです。

　　　1　ようこさんと わたしは 同じ クラスです。

　　　2　ようこさんと わたしは しんせきです。

　　　3　ようこさんと わたしは 同じ 会社です。

　　　4　ようこさんと わたしは 友だちです。

　　（かいとうようし）　| （れい）| ● ② ③ ④ |

---

26 電車が おくれた げんいんは なんですか。

　　1　電車は なんじかん おくれましたか。

　　2　電車は どこで おくれましたか。

　　3　電車は いつ おくれましたか。

　　4　電車は どうして おくれましたか。

27 先生に おくりものを しました。

　　1　先生に プレゼントしました。

　　2　先生に しつもんしました。

　　3　先生に あいさつしました。

　　4　先生に おれいを 言いました。

28 学校の 本を もどして ください。

　　1　学校の 本を 読んで ください。

　　2　学校の 本を 買って ください。

　　3　学校の 本を かえして ください。

　　4　学校の 本を きれいに つかって ください。

― 6 ―

29 びょうきが なおりました。

1 びょうきに なりました。

2 びょうきが よく なりました。

3 びょうきに きを つけて います。

4 びょうきが もうすぐ よく なります。

30 このごろ きおんが さがって います。

1 このごろ さむく なって います。

2 このごろ あつく なって います。

3 このごろ 天気が いいです。

4 このごろ 天気が わるいです。

もんだい5　つぎの　ことばの　つかいかたで　いちばん　いい　ものを
　　　　　　1・2・3・4から　ひとつ　えらんで　ください。

（れい）　ちゅうし

　　1　たいふうで　学校が　ちゅうしに　なりました。

　　2　からだに　わるいので　たばこは　ちゅうしに　します。

　　3　あめが　ふったら　うんどうかいは　ちゅうしに　なります。

　　4　しけんが　おわったら　べんきょうは　ちゅうしに　します。

　　（かいとうようし）　| （れい） | ① | ② | ● | ④ |

---

31　しょうかい

　　1　りょうしんに　日本人の　友だちを　しょうかいしました。

　　2　けっこんしきに　しょうかいされたので、ドレスを　えらんで　います。

　　3　あたらしい　学校で、きょうしつなどを　しょうかいして　もらいました。

　　4　びょういんで、たばこは　体に　よくないと　しょうかいされました。

32　さきに

　　1　母は　年を　とって、聞いたことを　さきに　わすれて　しまいます。

　　2　わたしは、さきに　べんきょうして　いしゃに　なりたいです。

　　3　みんな　さきに　かえりました。今、オフィスに　いるのは
　　　わたしだけです。

　　4　うちに　かえったら　すぐ　べんきょうして、さきに　テレビを　見ます。

33　わかす

　　1　今から　やさいを　わかして、サラダを　つくります。

　　2　ガスを　わかして　おふろに　はいって　います。

　　3　こおりを　わかして　つめたい　飲みものを　つくりましょう。

　　4　あさ　おきて、すぐ　おゆを　わかして　コーヒーを　飲みます。

34  したく

1  しけんを　うけるとき、したくが　あるか　ないか　聞かれました。

2  あしたから　りょこうに　行くので、今日　したくを　しなければ

　なりません。

3  おとうとに　したくを　されて、べんきょうが　できませんでした。

4  きのう　くうこうへ　友だちを　したくに　行きました。

35  うまい

1  日本の　電車は　きれいで　じかんが　せいかくで　とても　うまいです。

2  あかちゃんが　うまく　ないて、お母さんが　こまって　います。

3  さとうを　たくさん　いれたので、うまいです。ぜんぜん

　おいしくありません。

4  キムさんは、日本と　自分の　国の　ちがいを　とても　うまく　せつめ

　いしました。

# N4

## 【ベスト模試 第2回】

### げんごちしき
言語知識（文法）・読解
ぶんぽう どっかい

## ぷん
（60分）

---

### ちゅう い
注 意
Notes

1. しけん はじ もんだいようし あ
 試験が始まるまで、この問題用紙を開けないでください。
 Do not open this question booklet until the test begins.

2. この問題用紙を持って帰ることはできません。
 もんだいようし も かえ
 Do not take this question booklet with you after the test.

3. じゅけんばんごう なまえ した らん じゅけんひょう おな か
 受験番号と名前を下の欄に、受験票と同じように書いて
 ください。
 Write your examinee registration number and name clearly in each box below as written on
 your test voucher.

4. もんだいようし ぜんぶ
 この問題用紙は、全部で15ページあります。
 This question booklet has 15 pages.

5. もんだい かいとうばんごう
 問題には解答番号の 1 、 2 、 3 … があります。
 かいとう かいとうようし おな ばんごう
 解答は、解答用紙にある同じ番号のところにマークして
 ください。
 One of the row numbers 1, 2, 3 … is given for each question. Mark your answer
 in the same row of the answer sheet.

---

| じゅけんばんごう<br>受験番号 Examinee Registration Number | |
|---|---|

| なまえ<br>名前 Name | |
|---|---|

もんだい1 （　　　）に　何を　いれますか。1・2・3・4から　いちばん　いい
　　　ものを　ひとつ　えらんで　ください。

（例）　2時から　1階の　会議室（　　　　）ミーティングが　あります。

　　　　1　に　　　　　2　で　　　　　3　を　　　　　4　へ

（解答用紙）　（例）　① ● ③ ④

1　引っ越ししたので　学校に　近く　なりました。（　　　　）行けます。

　　1　15分で　　　　2　15分も　　　　3　15分から　　　4　15分

2　ホームページ（　　　　）、ABCデパートは　セールを　する　そうです。

　　1　にとって　　　2　によって　　　3　によると　　　4　について

3　夏休みの　しゅくだいは、学校が　始まる（　　　　）ぜんぶ　終わらせて
　　ください。

　　1　まで　　　　　2　までに　　　　3　ところ　　　　4　ところに

4　生徒は　50人　いますが、いすが　48（　　　　）ありません。あと2つ、
　　持って　来て　ください。

　　1　も　　　　　　2　では　　　　　3　だけ　　　　　4　しか

5　午後7時でしたが、（　　　　）いる　かもしれないと　思って、会社に
　　電話して　みました。

　　1　だれが　　　　2　だれか　　　　3　だれも　　　　4　だれに

6　古い　コップを、花を　かざる（　　　　）使って　います。

　　1　に　　　　　　2　と　　　　　　3　のに　　　　　4　のと

**7** 国へ 帰っても 日本の 友だちの ことは（　　　）忘れません。みなさん、
お元気で。

1　いつか　　　　2　やっと　　　　3　なかなか　　　4　けっして

**8** 用が ありますから、授業が（　　　）すぐ 事務室に 来て ください。

1　終わったら　　2　終わると　　　3　終わるなら　　4　終われば

**9** 学校を（　　　）あと、日本の 会社に 入りたいと 思って います。

1　卒業　　　　　2　卒業から　　　3　卒業する　　　4　卒業した

**10** ゆうべ 友だちに 電話で（　　　）あまり 寝られませんでした。

1　おこして　　　2　おきて　　　　3　おこされて　　4　おきられて

**11** 先生「この 日本語の 文章は、わかりやすいです。読んで みませんか。」

ラム「そうですね。これなら 私でも（　　　）そうです。」

1　読む　　　　　2　読め　　　　　3　読み　　　　　4　読んで

**12** 図書館で 借りた 本を 子どもが（　　　）しまったので、新しい 本を
買って かえしました。

1　やぶって　　　2　やぶれて　　　3　たおして　　　4　たおれて

**13** コウ「先生、この 漢字は とても 難しいです。練習した ほうが
　　　　いいですか。」

先生「いいえ、今、これは（　　　）。もっと 上の クラスに なったら
　　　　練習して ください。」

1　書けなければ なりません　　　　2　書けなくても いいです

3　書かないかもしれません　　　　4　書いては いけません

14 (学校で)

先生「今日は　テストですね。」

サリ「えっ!!」

先生「あ、違いますね。あしたです。」

サリ「先生、びっくり（　　　　）ないで　ください。」

1　し　　　　　　　2　され　　　　　　3　させ　　　　　　4　させられ

15 山川「キムさん、今　いそがしいですか。」

キム「いいえ、いそがしくないですよ。」

山川「じゃあ　ちょっと（　　　　）いいですか。この　机を　はこんで

　　　　いるんですが。」

1　手伝うも　　　　　　　　　　　2　手伝うのも

3　手伝って　あげても　　　　　　4　手伝って　もらっても

もんだい2 ___★___ に 入る ものは どれですか。1・2・3・4から いちばん いい ものを 一つ えらんで ください。

---

ふ**(問題例)**

にほんごがっこう _____ _____ ___★___ _____ して います。

　　1　べんきょう　　2　にほんご　　　3　で　　　4　を

**(答え方)**

1. 正しい 文を 作ります。

---

にほんごがっこう _____ _____ ___★___ _____ して います。

　　　3　で　　2　にほんご　　4　を　　1　べんきょう

---

2. ___★___ に 入る 番号を 黒く 塗ります。

（解答用紙）　| (例) | ① | ② | ③ | ● |

---

16　去年まで レンさんが いた _____ ___★___ _____ _____ 上手です。

　　1　日本語が　　　　　　　　　　　2　部屋を
　　3　アメリカ人の 女性は　　　　　4　使って いる

17　新幹線の 予約を したほう _____ _____ ___★___ _____ 、友だちに 聞きました。

　　1　どうか　　　　2　か　　　　　3　いい　　　　4　が

18　学校が 休みの 日、私は 家に _____ _____ ___★___ _____ です。

　　1　でかけるほうが　　　　　　　2　ずっと 多い
　　3　いるより　　　　　　　　　　4　どこかに

---

— 4 —

19 アナさんは ピアノが ＿＿＿ ★ ＿＿＿ ＿＿＿ ざんねんです。

1 のは　　　　　　　　　　　　2 だれも 聞いたことが ない

3 のに　　　　　　　　　　　　4 とても 上手な

20 森 「チンさん、日本の テレビドラマを よく 見て いますか。」

チン「えーと、日本語が ＿＿＿ ＿＿＿ ★ ＿＿＿ 見ません。」

1 めったに　　　　　　　　　　2 から

3 アルバイトが いそがしいです　　4 難しいし

もんだい3 　21　 から 　25　 に 何を 入れますか。文章の 意味を 考えて、1・2・3・4から いちばん いい ものを 一つ えらんで ください。

下の 文章は、留学生の 作文です。

---

### ゲームは よくないですか

ミン ゴウキ

　ゲームは よくないと 言う 人が 多いです。　21　 私は、ゲームを するのは いいと 思います。

　それは、ゲームで 日本語の 勉強が できるからです。ゲームでは、言葉を 楽しく 使います。だから、すぐ 覚えるし、忘れません。ずっと 　22　。

　それから、ゲームでは、ミスは ぜったい だめです。負けて しまいますから。ミスを 　23　、いっしょうけんめい 注意します。私は、ゲームを して いるとき、自分に「ミスを 　24　」と いつも 言っています。勉強でも、同じです。例えば テストを 受けて いるとき、ゲームと 同じように 注意するので、めったに ミスを しません。

　どうですか。ゲームは いいと 思いませんか。

　でも、食べたり 寝たり 　25　、ゲームばかり するのは よく ありません。食べる ことも 寝る ことも きちんと しなければ なりません。私は、ゲームを する 時間を 決めたら いいと 思います。

---

— 6 —

**21**

　　1　でも　　　　　2　だから　　　　3　そして　　　　4　それから

**22**

　　1　忘<sub>わす</sub>れます　　　　　　　　　2　忘<sub>わす</sub>れて　います
　　3　覚<sub>おぼ</sub>えます　　　　　　　　　4　覚<sub>おぼ</sub>えて　います

**23**

　　1　しませんから　　　　　　　　2　しないように
　　3　しても　いいし　　　　　　　4　することが　あって

**24**

　　1　しろ　　　　　　　　　　　　2　するな
　　3　しても　いい　　　　　　　　4　しなければ　いい

**25**

　　1　しないで　　　　2　しながら　　　3　したら　　　　4　しても

**もんだい4** つぎの(1)から(4)の文章を読んで、質問に答えてください。答えは、
1・2・3・4から、いちばんいいものを一つえらんでください。

(1)

このお知らせが寮の掲示板にあります。

---

# 工事をします

下のように、この建物の壁の工事をします。

> 6月29日（月）〜 7月11日（土）
>
> 月曜〜土曜　午前10時〜午後5時
>
> 日曜日は工事をしません。
>
> 工事会社：マコト建設（株）
>
> ●●市　○○　1−5−4

※工事の音がとても大きくて困ったときなど、何か問題があれば、学校の事務室に来て話してください。工事会社に電話しないでください。

※学校が休みの日（土曜日、日曜日）に工事について話したいときは、下の電話番号に電話してください。これは学校の携帯電話です。事務の人が出ます。

電話：090-XXXX-1234

20XX年6月15日

フレンド日本語学校　事務室

---

26 土曜日に工事について話したい人は、どうしますか。

1　工事会社に電話します。

2　学校の事務室に行きます。

3　学校の携帯電話に電話します。

4　学校の事務室に電話します。

---

(2)

　私は、映画館で映画を見るのが好きです。一人でも大丈夫です。まわりの知らない人と、映画を一緒に楽しんでいると感じるからです。おかしい映画のときは、となりの知らない人と一緒に、大きい声でわらいます。その経験がなかったら、<u>映画を見るのはつまらない</u>と思います。だから家で一人で見るのは好きじゃありません。

27　「私」は、どんなとき、<u>映画を見るのはつまらない</u>と思いますか。

　　1　まわりにだれもいないところで映画を見ているとき

　　2　映画館に、一人で映画を見に行くとき

　　3　となりの知らない人が大きい声でわらっているとき

　　4　知らない人と一緒に映画を見ているとき

(3)

（オフィスで）

山口さんの机の上に、パンフレットとこのメモがあります。

---

山口さま

　留守の間に、Ｙ社のリさんがいらっしゃいました。このパンフレットを
2冊、くださいました。山口さんに見てほしいと言っていました。

　パンフレットをどう思ったか、メールで知らせてほしいそうです。もし、
もっとたくさん必要だったら、電話をくださいと言っていました。

9月4日　10:00　グエン

---

28　このメモを読んで、山口さんはリさんに何でどんなことを伝えますか。

1　電話で、パンフレットをくれたことを伝えます。

2　電話で、パンフレットを見てほしいことを伝えます。

3　メールで、パンフレットがもっとほしいと伝えます。

4　メールで、パンフレットを見てどう思ったか伝えます。

読解

(4)

　1月になると、新しい年のことをいろいろ考えます。日本語がもっと上手に話せるように、とか、大学に合格するように、とか。私は、今年の1月、人を助けようと考えました。困っている人を助けるなど、人がよろこぶことをしたいと思いました。友だちは、今年は仕事を見つけると言っていました。2人ともまだできていませんから、今年が終わるまでに、かならずしようと思っています。

29 「私」は、何をしようと考えていますか。
　　1　日本語を勉強しよう。
　　2　大学に入ろう。
　　3　人をよろこばせよう。
　　4　仕事を見つけよう。

**もんだい5** つぎの文章を読んで、質問に答えてください。答えは、
1・2・3・4から、いちばんいいものを一つえらんでください。

これはエマさんが書いた作文です。

祖父からのプレゼント

サンダース・エマ

　私は子どものとき、誕生日のプレゼントを祖父にもらっていました。祖父が遠くの病院に入院したあとは、私はほしいプレゼントを紙に書きました。両親がそれを封筒に入れて、切手をはって、祖父にゆうびんで送りました。

　でも、本当は両親がプレゼントを買って私に送っていました。私はそれを、知りませんでした。いつも祖父がプレゼントをくれると思っていました。
　　　①

　6歳の誕生日のまえ、私は自分で祖父に手紙を出したいと思いました。封筒に「△△びょういん　おじいちゃんへ」と書いて、自分の住所を書いてポストに入れました。でも病院の名前を正しく書かなかったから、手紙は、ゆうびんきょくから私の家にもどってきました。
　　　　　　　　　　　　　　　　②

　誕生日の日、私は父と母にプレゼントをもらいました。そのとき、本当は両親がプレゼントを買っていたことと、祖父の病気について話を聞きました。両親は、おじいちゃんはもうなおらない、と言いました。

　そのときのプレゼントは、プリンセスの絵がある時計です。日本に持ってきて、今、机の上にあります。私の、いちばん大切な持ち物です。おじいちゃんの、さいごのプレゼントですから。
　　　　　　　③

**30** 祖父が入院してから、「私」はだれがプレゼントをくれると思っていましたか。

1 両親が手紙を見て、プレゼントをくれると思っていました。

2 祖父が手紙を見て、プレゼントをくれると思っていました。

3 両親が祖父に聞いて、プレゼントをくれると思っていました。

4 祖父が両親に聞いて、プレゼントをくれると思っていました。


**31** どうして①両親がプレゼントを買っていましたか。

1 両親は祖父より「私」のほしいものを知っていたから

2 両親は祖父に「私」の手紙を送らなかったから

3 祖父は両親にプレゼントをもらいたいと言ったから

4 祖父は病気でプレゼントを買うことができなかったから


**32** ②手紙はどうなりましたか。

1 祖父の病院に行って、「私」の家にかえってきました。

2 ゆうびんきょくから、「私」の家にかえってきました。

3 祖父の病院に着いて、祖父がうけとりました。

4 祖父の病院に着いて、両親がうけとりました。


**33** ③さいごのプレゼントは、いつだれが買ってくれましたか。

1 誕生日に両親が買ってくれました。

2 誕生日に祖父が買ってくれました。

3 日本へ来るとき、祖父が買ってくれました。

4 日本へ来るとき、両親が買ってくれました。

もんだい6　右のページのお知らせを見て、下の質問に答えてください。答えは、
　　　　　1・2・3・4からいちばんいいものを一つえらんでください。

34　アヌクさんとジェーンさんは、おおぞら公園のイベントに行きたいと思ってい
　　ます。土曜日も日曜日も行けます。一人2,000円までで、おどりや歌、それから
　　スポーツを自分でするイベントに、全部行きたいです。アヌクさんたちは、ど
　　れに行きますか。

　　1　AとF
　　2　AとEとF
　　3　CとDとE
　　4　CとEとF

35　ブラウンさんはおくさんと一緒に、おおぞら公園で食べたり飲んだりしたいと
　　思っています。土曜日でも日曜日でもいいですが、公園にいられるのは午後2時
　　までです。ブラウンさんたちはどれに行きますか。

　　1　B
　　2　D
　　3　BとC
　　4　BとD

# おおぞら公園で世界を見よう!!
# チャリティー・フェスティバル

いろいろな国の文化を楽しんでみませんか。
いただいた料金は全部、病気の子どもたちに寄付されます。

| 会場 | 国 | 何をする？ | いくら？ | いつ？ |
|---|---|---|---|---|
| A | 韓国 | 韓国の服を着て、むかしからある伝統的なおどりを、みなさんも一緒におどりましょう。 | 300円 | 9月5日（土）午前10時〜午後1時 |
| B | 中国 | 中国の代表的な食べ物、ぎょうざ。一緒に作って、一緒に食べましょう。 | 800円（材料費込み） | 9月5日（土）午前11時〜午後2時 |
| C | タイ | タイのうつくしい美術品をごらんください。アクセサリーを500円ぐらいで売っています。 | 入場料金はいりません。 | 9月5日（土）午前11時〜午後5時 |
| D | ベトナム | ベトナムのコーヒーをいれて飲みます。そして、民族衣装アオザイを着て、写真を撮りましょう。 | 500円 | 9月6日（日）午後2時〜午後5時 |
| E | イタリア | プロの歌手が、カンツォーネの歌い方をおしえます。おなかから声を出すので、運動にもなります。 | 800円 | 9月6日（日）午後1時〜午後4時 |
| F | スペイン | サッカーをやってみましょう。やったことのない方、女性の方、ぜひ来てください！ | 800円 | 9月6日（日）午前10時〜午後1時 |

※途中から参加してもかまいません。また、最後まで参加しなくてもいいです。

※料金は一人分です。

おおぞら公園イベント実行委員会

# N4

## 【ベスト模試 第2回】

## 聴解

## （35分）

---

### 注　意
#### Notes

1. 試験が始まるまで、この問題用紙を開けないでください。
   Do not open this question booklet until the test begins.

2. この問題用紙を持って帰ることはできません。
   Do not take this question booklet with you after the test.

3. 受験番号と名前を下の欄に、受験票と同じように書いてください。
   Write your examinee registration number and name clearly in each box below as written on your test voucher.

4. この問題用紙は、全部で16ページあります。
   This question booklet has 16 pages.

5. この問題用紙にメモをとってもいいです。
   You may make notes in this question booklet.

---

| 受験番号　Examinee Registration Number | |
|---|---|

| 名前　Name | |
|---|---|

# もんだい 1

　もんだい1では、まず　しつもんを　聞いて　ください。それから　話を
聞いて、もんだいようしの　1から4の　中から、いちばん　いい　ものを　一つ
えらんで　ください。

## れい

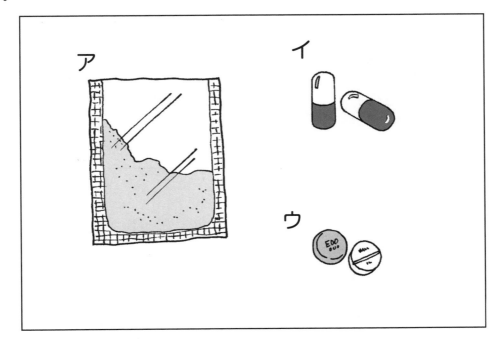

1　ア
2　イウ
3　アイ
4　アイウ

# 1ばん

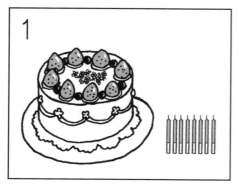

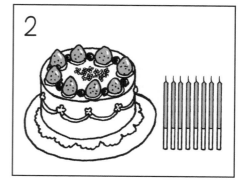

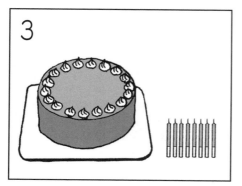

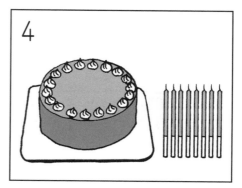

# 2ばん

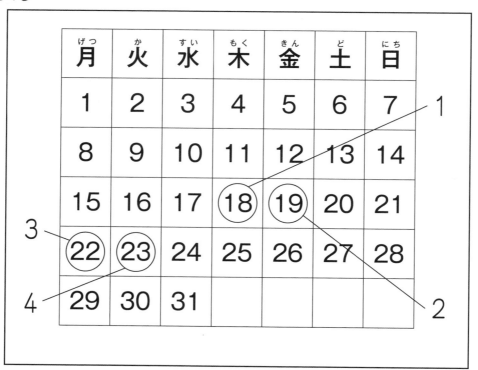

聴解

## 3ばん

## 4ばん

**5ばん**

じこしょうかい

① 名前（なまえ）、国（くに）
② 家族（かぞく）
③ 趣味（しゅみ）
④ 日本（にほん）でしたいこと
⑤ 毎日（まいにち）の生活（せいかつ）

1　① ② ③
2　① ② ③ ④
3　① ② ⑤
4　① ③ ④

# 6ばん

# 7ばん

1 2時

2 3時

3 4時

4 4時半

# 8ばん

1 アウエ
2 アウエオ
3 イウエ
4 イウエオ

# もんだい2

もんだい2では、まず しつもんを 聞いて ください。そのあと、もんだいようしを 見て ください。読む 時間が あります。それから 話を 聞いて、もんだいようしの 1から4の 中から、いちばん いい ものを 一つ えらんで ください。

## れい

1 いい 学校だと 聞いたから
2 じゅぎょうりょうが 高くないから
3 いい 先生が 多いと 聞いたから
4 ばしょが べんりだから

## 1ばん

1　ひっこしセンターの　人と　うちあわせした
2　アパートの　おおやさんと　話した
3　にもつの　じゅんびを　した
4　そうじを　した

## 2ばん

1　はる
2　なつ
3　あき
4　ふゆ

# 3ばん

1 でんしゃが おくれたから

2 買い物した 店が こんで いたから

3 プレゼントを つつんで もらって いたから

4 でんわを して いたから

# 4ばん

1 土曜日と 日曜日と 金曜日

2 日曜日と 月曜日

3 土曜日と 月曜日と 金曜日

4 土曜日と 火曜日

## 5ばん

1　ていねいに　話すこと

2　にもつを　受け取る　ばしょに　いること

3　にもつを　ていねいに　はこぶこと

4　あかちゃんを　だいて　いること

聴解

## 6ばん

1　3月

2　5月

3　6月

4　8月

# 7ばん

1 えきの　そばで　べんりだから

2 しなものが　たくさん　あるから

3 ねだんが　やすいから

4 こんで　いないから

# もんだい３

　もんだい３では、えを　見<sup>み</sup>ながら　しつもんを　聞<sup>き</sup>いて　ください。

➡️ （やじるし）の　人<sup>ひと</sup>は　何<sup>なん</sup>と　言<sup>い</sup>いますか。１から３の　中<sup>なか</sup>から、いちばん
いい　ものを　一<sup>ひと</sup>つ　えらんで　ください。

## れい

# 1ばん

# 2ばん

# 3ばん

# 4ばん

# 5ばん

聴解

# もんだい4

　もんだい4では、えなどが　ありません。まず　ぶんを　聞いて　ください。
それから、そのへんじを　聞いて、1から3の　中から、いちばん　いい　ものを
一つ　えらんで　ください。


— メモ —

# かいとうようし

# N4 げんごちしき(もじ・ごい)

【ベスト模試 第2回】

じゅけんばんごう
Examinee Registration
Number

なまえ
Name

〈ちゅうい Notes〉

1. くろいえんぴつ(HB,No.2)でかいてください。
   Use a black medium soft (HB or No.2) pencil.
   (ペンやボールペンではかかないでください。)
   (Do not use any kind of pen.)

2. かきなおすときは、けしゴムできれいにけして
   ください。
   Erase any unintended marks completely.

3. きたなくしたり、おったりしないでください。
   Do not soil or bend this sheet.

4. マークれい Marking Examples

| よいれい<br>Correct<br>Example | わるいれい<br>Incorrect Examples |
|---|---|
| ● | ⊘ ⊖ ⊕ ⊙ ◑ Ⓦ ● |

## もんだい 1

| | | | | |
|---|---|---|---|---|
| 1 | ① | ② | ③ | ④ |
| 2 | ① | ② | ③ | ④ |
| 3 | ① | ② | ③ | ④ |
| 4 | ① | ② | ③ | ④ |
| 5 | ① | ② | ③ | ④ |
| 6 | ① | ② | ③ | ④ |
| 7 | ① | ② | ③ | ④ |
| 8 | ① | ② | ③ | ④ |
| 9 | ① | ② | ③ | ④ |

## もんだい 2

| | | | | |
|---|---|---|---|---|
| 10 | ① | ② | ③ | ④ |
| 11 | ① | ② | ③ | ④ |
| 12 | ① | ② | ③ | ④ |
| 13 | ① | ② | ③ | ④ |
| 14 | ① | ② | ③ | ④ |
| 15 | ① | ② | ③ | ④ |

## もんだい 3

| | | | | |
|---|---|---|---|---|
| 16 | ① | ② | ③ | ④ |
| 17 | ① | ② | ③ | ④ |
| 18 | ① | ② | ③ | ④ |
| 19 | ① | ② | ③ | ④ |
| 20 | ① | ② | ③ | ④ |
| 21 | ① | ② | ③ | ④ |
| 22 | ① | ② | ③ | ④ |
| 23 | ① | ② | ③ | ④ |
| 24 | ① | ② | ③ | ④ |
| 25 | ① | ② | ③ | ④ |

## もんだい 4

| | | | | |
|---|---|---|---|---|
| 26 | ① | ② | ③ | ④ |
| 27 | ① | ② | ③ | ④ |
| 28 | ① | ② | ③ | ④ |
| 29 | ① | ② | ③ | ④ |
| 30 | ① | ② | ③ | ④ |

## もんだい 5

| | | | | |
|---|---|---|---|---|
| 31 | ① | ② | ③ | ④ |
| 32 | ① | ② | ③ | ④ |
| 33 | ① | ② | ③ | ④ |
| 34 | ① | ② | ③ | ④ |
| 35 | ① | ② | ③ | ④ |

# かいとうようし

# N4 げんごちしき（ぶんぽう）・どっかい

じゅけんばんごう
Examinee Registration
Number

なまえ
Name

〈ちゅうい Notes〉

1. くろいえんぴつ（HB.No.2）でかいてください。
   Use a black medium soft (HB or No.2) pencil.
   （ペンやボールペンではかかないでください。）
   (Do not use any kind of pen.)

2. かきなおすときは、けしゴムできれいにけして
   ください。
   Erase any unintended marks completely.

3. きたなくしたり、おったりしないでください。
   Do not soil or bend this sheet.

4. マークれい Marking Examples

| よいれい<br>Correct<br>Example | わるいれい<br>Incorrect Examples |
|---|---|
| ● | ◯ ◯ ◯ ⊘ ⊗ ◑ |

## もんだい1

| | | | | |
|---|---|---|---|---|
| 1 | ① | ② | ③ | ④ |
| 2 | ① | ② | ③ | ④ |
| 3 | ① | ② | ③ | ④ |
| 4 | ① | ② | ③ | ④ |
| 5 | ① | ② | ③ | ④ |
| 6 | ① | ② | ③ | ④ |
| 7 | ① | ② | ③ | ④ |
| 8 | ① | ② | ③ | ④ |
| 9 | ① | ② | ③ | ④ |
| 10 | ① | ② | ③ | ④ |
| 11 | ① | ② | ③ | ④ |
| 12 | ① | ② | ③ | ④ |
| 13 | ① | ② | ③ | ④ |
| 14 | ① | ② | ③ | ④ |
| 15 | ① | ② | ③ | ④ |

## もんだい2

| | | | | |
|---|---|---|---|---|
| 16 | ① | ② | ③ | ④ |
| 17 | ① | ② | ③ | ④ |
| 18 | ① | ② | ③ | ④ |
| 19 | ① | ② | ③ | ④ |
| 20 | ① | ② | ③ | ④ |

## もんだい3

| | | | | |
|---|---|---|---|---|
| 21 | ① | ② | ③ | ④ |
| 22 | ① | ② | ③ | ④ |
| 23 | ① | ② | ③ | ④ |
| 24 | ① | ② | ③ | ④ |
| 25 | ① | ② | ③ | ④ |

## もんだい4

| | | | | |
|---|---|---|---|---|
| 26 | ① | ② | ③ | ④ |
| 27 | ① | ② | ③ | ④ |
| 28 | ① | ② | ③ | ④ |
| 29 | ① | ② | ③ | ④ |

## もんだい5

| | | | | |
|---|---|---|---|---|
| 30 | ① | ② | ③ | ④ |
| 31 | ① | ② | ③ | ④ |
| 32 | ① | ② | ③ | ④ |
| 33 | ① | ② | ③ | ④ |

## もんだい6

| | | | | |
|---|---|---|---|---|
| 34 | ① | ② | ③ | ④ |
| 35 | ① | ② | ③ | ④ |

# かいとうようし

# N4 ちょうかい

【 ベスト模試 第2回 】

じゅけんばんごう
Examinee Registration Number

なまえ
Name

<ちゅうい Notes>

1. くろいえんぴつ(HB、No.2)でかいてください。
   Use a black medium soft (HB or No.2) pencil.
   (ペンやボールペンではかかないでください。)
   (Do not use any kind of pen.)

2. かきなおすときは、けしゴムできれいにけして
   ください。
   Erase any unintended marks completely.

3. きたなくしたり、おったりしないでください。
   Do not soil or bend this sheet.

4. マークれい Marking Examples

| よいれい<br>Correct<br>Example | わるいれい<br>Incorrect Examples |
|---|---|
| ● | ⊘ ◌ ⊙ ⦸ ⊖ ⊕ ◍ |

## もんだい1

| | | | | |
|---|---|---|---|---|
| れい | ① | ② | ③ | ④ |
| 1 | ① | ② | ③ | ④ |
| 2 | ① | ② | ③ | ④ |
| 3 | ① | ② | ③ | ④ |
| 4 | ① | ② | ③ | ④ |
| 5 | ① | ② | ③ | ④ |
| 6 | ① | ② | ③ | ④ |
| 7 | ① | ② | ③ | ④ |
| 8 | ① | ② | ③ | ④ |

## もんだい2

| | | | | |
|---|---|---|---|---|
| れい | ① | ② | ③ | ④ |
| 1 | ① | ② | ③ | ④ |
| 2 | ① | ② | ③ | ④ |
| 3 | ① | ② | ③ | ④ |
| 4 | ① | ② | ③ | ④ |
| 5 | ① | ② | ③ | ④ |
| 6 | ① | ② | ③ | ④ |
| 7 | ① | ② | ③ | ④ |

## もんだい3

| | | | |
|---|---|---|---|
| れい | ① | ② | ③ |
| 1 | ① | ② | ③ |
| 2 | ① | ② | ③ |
| 3 | ① | ② | ③ |
| 4 | ① | ② | ③ |
| 5 | ① | ② | ③ |

## もんだい4

| | | | |
|---|---|---|---|
| れい | ① | ② | ③ |
| 1 | ① | ② | ③ |
| 2 | ① | ② | ③ |
| 3 | ① | ② | ③ |
| 4 | ① | ② | ③ |
| 5 | ① | ② | ③ |
| 6 | ① | ② | ③ |
| 7 | ① | ② | ③ |
| 8 | ① | ② | ③ |

# N4

## 【ベスト模試　第3回】

# げんごちしき（もじ・ごい）

# （30ぷん）

---

## ちゅうい
### Notes

1. しけんが はじまるまで、この もんだいようしを あけないで ください。
   Do not open this question booklet until the test begins.

2. この もんだいようしを もって かえる ことは できません。
   Do not take this question booklet with you after the test.

3. じゅけんばんごうと なまえを したの らんに、じゅけんひょうと おなじように かいて ください。
   Write your examinee registration number and name clearly in each box below as written on your test voucher.

4. この もんだいようしは、ぜんぶで 9ページ あります。
   This question booklet has 9 pages.

5. もんだいには かいとうばんごうの 1 、 2 、 3 … が あります。
   かいとうは、かいとうようしに ある おなじ ばんごうの ところに マークして ください。
   One of the row numbers 1 , 2 , 3 … is given for each question. Mark your answer in the same row of the answer sheet.

| じゅけんばんごう　Examinee Registration Number | |
|---|---|
| なまえ　Name | |

もんだい1 ＿＿＿＿の ことばは ひらがなで どう かきますか。
　　　　　1・2・3・4から いちばん いい ものを ひとつ えらんで
　　　　　ください。

___

（れい）　きょうは 土曜日です。
　　　　　1　とようび　　2　とうようび　　3　どようび　　4　どうようび

　　　　　（かいとうようし）　　| （れい） | ① | ② | ● | ④ |

___

**1**　青い ドレスが きれいです。
　　1　くろい　　　　　2　しろい　　　　　3　あおい　　　　　4　あかい

**2**　鳥の しゃしんを 見ました。
　　1　ぞう　　　　　　2　うし　　　　　　3　うま　　　　　　4　とり

**3**　世界で いちばん 高い 山は どこに ありますか。
　　1　せかい　　　　　2　せいかい　　　　3　せがい　　　　　4　せいがい

**4**　みちを 教えて ください。
　　1　つたえて　　　　2　おしえて　　　　3　とらえて　　　　4　かんがえて

**5**　大通りで タクシーに のりました。
　　1　おおどおり　　　2　おおとおり　　　3　だいどおり　　　4　だいとおり

**6**　今日は 風が つよいです。
　　1　あめ　　　　　　2　ゆき　　　　　　3　かぜ　　　　　　4　なみ

**7**　ここには むかし 工場が ありました。
　　1　こじょ　　　　　2　こじょう　　　　3　こうじょ　　　　4　こうじょう

8 ここに 送って ください。

　　1 たって　　　　2 おくって　　　3 かえって　　　4 すわって

9 日本の 文化を べんきょうします。

　　1 ふんか　　　　2 ふんが　　　　3 ぶんか　　　　4 ぶんが

もんだい2 ＿＿＿の ことばは どう かきますか。1・2・3・4から
　　　　　いちばん いい ものを ひとつ えらんで ください。

（れい） やまなかさんを しって いますか。

　　　1 和って　　　2 知って　　　3 短って　　　4 仕って

　　　（かいとうようし）　｜（れい）　① ● ③ ④｜

10 わたしの いえは ちかいです。

　　1 遠い　　　　　2 近い　　　　　3 返い　　　　　4 追い

11 7時に ここに あつまって ください。

　　1 進まって　　　2 焦まって　　　3 雇まって　　　4 集まって

12 ジョーさんは うんてんが じょうずです。

　　1 連転　　　　　2 運転　　　　　3 連軽　　　　　4 運軽

13 ひるまは あたたかいです。

　　1 昼間　　　　　2 屋間　　　　　3 昼問　　　　　4 屋問

14 ランさんは、からだが 大きいです。

　　1 休　　　　　2 付　　　　　3 体　　　　　4 仕

15 きのうは とても さむかったです。

　　1 凍かった　　　2 冷かった　　　3 涼かった　　　4 寒かった

— 3 —　　　　　　　【ベスト模試 N4 第3回】

もんだい3 （　　　）に　なにを　いれますか。1・2・3・4から　いちばん
　　　　　いい　ものを　ひとつ　えらんで　ください。

---

（れい）　はがきに　きってを　（　　　）　ください。

　　　　1　もって　　　　　2　よって　　　　　3　とって　　　　　4　はって

　　　　（かいとうようし）　　| （れい） | ① | ② | ③ | ● |

---

16　（　　　）しないで、たくさん　食べて　ください。

　　1　ちゅうい　　　　　2　えんりょ　　　　3　しっぱい　　　　4　しょうたい

17　国に　いると　日本語を　つかう　（　　　）が　ありません。

　　1　きかい　　　　　　2　きけん　　　　　3　きせつ　　　　　4　きぶん

18　いい　天気だったのに　（　　　）あめが　ふりはじめました。

　　1　もっと　　　　　　2　ぜひ　　　　　　3　けっして　　　　4　きゅうに

19　まいにち　会社に　行くのに　ちかてつを　（　　　）して　います。

　　1　よてい　　　　　　2　ようい　　　　　3　りよう　　　　　4　りかい

20　むすこは　からだが　（　　　）で　びょうきを　しません。

　　1　じょうぶ　　　　　2　じゃま　　　　　3　ていねい　　　　4　ふべん

21　天気が　わるくて　せんたくものが　（　　　）。

　　1　わすれません　　　　　　　　　　　2　とまりません

　　3　こわれません　　　　　　　　　　　4　かわきません

22　シャツを　2（　　　）買いました。

　　1　そく　　　　　　　2　まい　　　　　　3　だい　　　　　　4　さつ

---

— 4 —

23 びょういんの　まえで　タクシーを（　　　）。

　1　ふりました　　2　おちました　　3　おりました　　4　のりました

24 さとうさんは　どう　思いますか。（　　　）を　聞かせて　ください。

　1　いけん　　　　2　いみ　　　　　3　うそ　　　　　　4　せんもん

25 しあいで（　　　）ので、まいにち　れんしゅうして　います。

　1　たちたくない　　　　　　　　2　まけたくない

　3　ききたくない　　　　　　　　4　とびたくない

もんだい4 ＿＿＿の ぶんと だいたい おなじ いみの ぶんが あります。
1・2・3・4から いちばん いい ものを ひとつ えらんで
ください。

（れい） ようこさんと わたしは どうきゅうせいです。
1 ようこさんと わたしは 同じ クラスです。
2 ようこさんと わたしは しんせきです。
3 ようこさんと わたしは 同じ 会社です。
4 ようこさんと わたしは 友だちです。

（かいとうようし） | （れい） | ● ② ③ ④ |

26 まだ しごとが のこって います。
1 まだ しごとが きまって いません。
2 まだ しごとが おわって いません。
3 まだ しごとを はじめて いません。
4 まだ しごとを たのんで いません。

27 いもうとは ねっしんに べんきょうして います。
1 いもうとは ときどき べんきょうして います。
2 いもうとは じかんが あるときだけ べんきょうして います。
3 いもうとは いっしょうけんめい べんきょうして います。
4 いもうとは いやだと おもいながら べんきょうして います。

28 コンビニの むかいに ゆうびんきょくが あります。
1 コンビニの まえに ゆうびんきょくが あります。
2 コンビニの となりに ゆうびんきょくが あります。
3 コンビニの うらに ゆうびんきょくが あります。
4 コンビニが あった ところに ゆうびんきょくが あります。

29 いつも　のる　バスに　まにあいませんでした。

1 いつも　のる　バスが　なかなか　来ませんでした。

2 いつも　のる　バスが　とまって　いました。

3 いつも　のる　バスが　とても　こんで　いました。

4 いつも　のる　バスの　じかんに　おくれて　しまいました。

30 わたしの　ゆめは　じぶんの　会社を　つくることです。

1 わたしは　じぶんの　会社を　つくる　ゆめを　見ました。

2 わたしは　じぶんの　会社を　つくりたいです。

3 わたしは　じぶんの　会社を　持って　います。

4 わたしは　じぶんが　社長に　なる　ゆめを　見ました。

もんだい5　つぎの　ことばの　つかいかたで　いちばん　いい　ものを
　　　　　　1・2・3・4から　ひとつ　えらんで　ください。

（れい）　ちゅうし

　　1　たいふうで　学校が　ちゅうしに　なりました。
　　2　からだに　わるいので　たばこは　ちゅうしに　します。
　　3　あめが　ふったら　うんどうかいは　ちゅうしに　なります。
　　4　しけんが　おわったら　べんきょうは　ちゅうしに　します。

（かいとうようし）　| （れい） | ① | ② | ● | ④ |

---

31　ほうそう

　　1　わたしは　ひっこししたことを　SNSで　ほうそうしました。
　　2　えきで　電車が　おくれて　いると　ほうそうして　いました。
　　3　じこの　ニュースを　しんぶん　が　ほうそうして　いました。
　　4　やまださんは　何でも　すぐ　ほうそうして　しまいます。

32　よやく

　　1　むすめに　パンを　買って　くるようにと　よやくを　しました。
　　2　やまかわせんしゅは　オリンピックで　金メダルの　よやくを　しました。
　　3　母は　夕食に　カレーライスを　つくる　よやくを　しました。
　　4　友だちの　たんじょうびなので　レストランの　よやくを　しました。

33　すすむ

　　1　まいにち　学校に　すすんで　べんきょうして　います。
　　2　たいようが　西の　そらに　すすむと　くらく　なります。
　　3　まちを　きれいに　する　けいかくが　すすんで　います。
　　4　しょうらいは　小学校の　先生に　すすみたいです。

34 さびしい

1 おなかが いっぱいで、さびしくて もう 何も 食べられません。

2 一人で せいかつするのは さびしいので、ルームメートを さがしました。

3 今日は たくさん あるいたので、とても さびしいです。

4 先生が とても さびしいので、 学生たちは たいへんです。

35 きょうみ

1 わたしは 日本の えいがに きょうみが あります。

2 この さいふに きょうみが あるので、たいせつに して います。

3 わたしは 電車の 中で すわれなくても きょうみは ありません。

4 つかれて しまって 起きることに きょうみが ありません。

# N4

## 【ベスト模試　第３回】

げんごちしき　　　　ぶんぽう　　　どっかい
# 言語知識（文法）・読解

ぷん
# （60分）

---

ちゅう　　い
## 注　意
### Notes

しけん　はじ　　　　　　　　もんだいようし　あ
1.　試験が始まるまで、この問題用紙を開けないでください。
　　Do not open this question booklet until the test begins.

もんだいようし　も　　かえ
2.　この問題用紙を持って帰ることはできません。
　　Do not take this question booklet with you after the test.

じゅけんばんごう　　なまえ　した　らん　　　じゅけんひょう　おな　　　　か
3.　受験番号と名前を下の欄に、受験票と同じように書いて
　　ください。
　　Write your examinee registration number and name clearly in each box below as written on
　　your test voucher.

もんだいようし　　　　　ぜんぶ
4.　この問題用紙は、全部で15ページあります。
　　This question booklet has 15 pages.

もんだい　　　かいとうばんごう
5.　問題には解答番号の　1　、　2　、　3　… があります。
かいとう　　かいとうようし　おな　ばんごう
　　解答は、解答用紙にある同じ番号のところにマークして
　　ください。
　　One of the row numbers　1　,　2　,　3　… is given for each question. Mark your answer
　　in the same row of the answer sheet.

---

| じゅけんばんごう　Examinee Registration Number | |
|---|---|
| 受験番号 | |

| なまえ | |
|---|---|
| 名前　Name | |

もんだい1 （　　）に 何を いれますか。1・2・3・4から いちばん いい
　　　　ものを ひとつ えらんで ください。

(例)　　2時から　1階の　会議室（　　）ミーティングが　あります。
　　　　1　に　　　　2　で　　　　3　を　　　　4　へ

　　（解答用紙）　(例) ①　●　③　④

1　兄は、アメリカ人（　　）けっこん しました。
　　1　と　　　　2　を　　　　3　に　　　　4　で

2　コンピューター関係（　　）仕事を して います。
　　1　する　　　　2　した　　　　3　の　　　　4　に

3　（　　）温かい ものを 食べましょう。
　　1　なにで　　　2　なにも　　　3　なにが　　　4　なにか

4　私は、飲みもの（　　）いいです。お茶を お願いします。
　　1　だけ　　　　2　だけで　　　3　も　　　　4　までも

5　びょうき（　　）どうして 外で あそんで いるんですか。
　　1　ので　　　　2　なので　　　3　のに　　　　4　なのに

6　漢字を 勉強（　　）、日本語の 文は 書けません。
　　1　すると　　　2　しないと　　3　してから　　4　したから

7　（　　）食事の じゅんびが できます。ちょっと 待って ください。
　　1　いつか　　　2　もうすぐ　　3　ぜひ　　　　4　もし

8　もう少し　暑く（　　　）、海へ　泳ぎに　行きませんか。

1　なったら　　　　2　なった　　　　　3　なるには　　　　4　なると

9　中川「今年の　夏は　何で　旅行に　行きますか。」

マイク「考えて　いましたが、電車で　行く（　　　）。」

1　ことです　　　　　　　　　　2　ことを　します

3　ことに　しました　　　　　　4　ことが　あります

10　この　建物は　100年前に　外国人によって（　　　）。

1　たてました　　　　　　　　　2　たてて　いました

3　たたれました　　　　　　　　4　たてられました

11　どんな　動物（　　　）、水が　ない　ところでは　死んで　しまいます。

1　なら　　　　　　2　では　　　　　3　でも　　　　　4　が

12　青木「この箱は、どこに　置きますか。」

西田「そこに　置いて（　　　）ください。あとで　かたづけますから。

ありがとうございました。」

青木「じゃ、失礼します。」

1　おいて　　　　2　あって　　　　3　きて　　　　　4　いて

13　山本「デリーさん、新しい　パソコン　ですね。」

デリー「ええ。日本に　来る　前に、父が（　　　）。」

1　買って　あげました　　　　　　2　買って　くれました

3　買って　もらいました　　　　　4　買って　やりました

14 先生「国の　ご両親を　心配（　　　）いけません。ときどき　電話した

　　　ほうが　いいですよ。」

　　ビル「そうですね。わかりました。」

　　1　しては　　　　　2　されては　　　　3　させては　　　　4　させられては

15 山中「きのう、電車に　遅れませんでしたか。」

　　カン「だいじょうぶでした。駅に　着いたとき、電車は　まだ（　　　）。」

　　1　来ました　　　　　　　　　　2　来て　いました

　　3　来ませんでした　　　　　　　4　来て　いませんでした

もんだい2　　★　に　入る　ものは　どれですか。1・2・3・4から　いちばん
　　　　　　いい　ものを　一つ　えらんで　ください。

---

(問題例)

にほんごがっこう　＿＿＿＿　＿＿＿＿　＿★＿＿　＿＿＿＿　して　います。

　　　1　べんきょう　　　2　にほんご　　　3　で　　　4　を

(答え方)

1. 正しい　文を　作ります。

---

にほんごがっこう　＿＿＿＿＿　＿＿＿＿＿　＿★＿＿＿　＿＿＿＿＿　して　います。

　　　3　で　　　2　にほんご　　　4　を　　　1　べんきょう

---

2. ★　に　入る　番号を　黒く　塗ります。

(解答用紙)　　| (例) | ① | ② | ③ | ● |

---

16　インターネット　＿＿＿＿　＿＿＿＿　＿★＿＿　＿＿＿＿　が　できます。

　　1　に　いても　　　　　　　　　2　が　あれば

　　3　どこ　　　　　　　　　　　　4　仕事を　すること

17　私が　＿＿＿＿　＿★＿＿　＿＿＿＿　＿＿＿＿　作りました。

　　1　母　　　　　2　着ている　服　　3　は　　　　　　　4　が

18　タミー「私たち、この　プロジェクト、できる　でしょうか。」

　　長田「そうですねえ。やって　みない　＿＿＿＿　＿＿＿＿　＿★＿＿　＿＿＿＿
　　　　　思います。やって　みましょう。」

　　1　わからないと　　　　　　　　2　どうか

　　3　と　　　　　　　　　　　　　4　できるか

---

— 4 —

19 私の　家は ＿＿＿ ★ ＿＿＿ ＿＿＿ です。

1　ので

2　とても　にぎやか

3　姉の　子どもが

4　4人も　いる

20 村田「私たちは　もっと　本を　読んだ　ほうが　いいですね。」

メイ「そうですねえ…。私は　本を ＿＿＿ ＿＿＿ ★ ＿＿＿

思います。」

1　ほうが　いいと

2　人と　話す

3　より

4　読む

もんだい3 　21　 から 　25　 に 何を 入れますか。文章の 意味を 考えて、1・2・3・4から いちばん いい ものを 一つ えらんで ください。

下の 文章は、留学生の 作文です。

---

今　料理が　好きです

マリア・ストーン

　私は 料理を する のが 下手でした。国に いた とき ときどき 家の 手伝いを しましたが 料理は 　21　。

　日本では ルームメートと 一緒に 住んで います。ルームメートは イタリアから 来ました。料理が とても 上手です。イタリアでは 食事は とても 大切だと 　22　。私の 国は ハンバーガーなどの ファストフード店が 多い ですが、ルームメートによると イタリアには あまり ない 　23　。私たちは 一緒に 料理を します。私は、はじめて 料理を するのが 楽しいと 思いました。

　ルームメートに 　24　 ので 今は ピザも パスタも 作れます。日本料理も できます。国へ 帰ったら イタリア料理や 日本料理を 家族や 友だちに 作って あげたいです。たぶん、とても 　25　 と 思います。楽しみです。

---

21

1　して　います　　　　　　　2　して　いました

3　しました　　　　　　　　　4　しませんでした

22

1　考えられて　います　　　　2　考えさせて　います

3　考えても　いいです　　　　4　考えては　いけません

23

1　はずです　　　2　そうです　　　3　ところです　　　4　ことです

24

1　教えて　もらった　　　　　2　教えて　おいた

3　教えて　あげた　　　　　　4　教えて　しまった

25

1　おどろく　つもりだ　　　　2　おどろき　やすい

3　おどろく　だろう　　　　　4　おどろく　らしい

もんだい４　つぎの(1)から(4)の文章を読んで、質問に答えてください。答えは、
　　　　　　１・２・３・４から、いちばんいいものを一つえらんでください。

(1)

　このお知らせが日本語学校の事務室にあります。

---

## 着物を着てみませんか

日本の着物を着てみたい人へ。学校で先生が教えます。
ぜひ参加してください。

> 日にち：６月26日金曜日　午前11時〜午後３時
> 場所　：101教室
>
> 着物やゆかた（夏のカジュアルな着物）を持っている人は、
> 持ってきてください。
> 申し込みはいりません。ちょくせつ、教室に来てください。

※午前に授業がある学生は、午後１時に来てください。
　午後に授業がある学生は、午前11時に来てください。
　授業を休んではいけません。

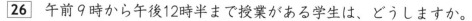

サニー学院　事務室

---

26　午前９時から午後12時半まで授業がある学生は、どうしますか。

１　午後１時に101教室へ行く。

２　午前11時に101教室へ行く。

３　行きたい時間に101教室へ行く。

４　事務室で申し込んでから、101教室へ行く。

(2)

　すい飯器と湯わかし器を買いに、電器屋さんに行きました。新しい製品がたくさんありました。ご飯とおかずが一緒にできるすい飯器や、2秒でお湯がわく湯わかし器です。すごく便利ですね。料理の時間がみじかくなります。でも私は、ふつうの製品を買いました。料理が好きで、料理している時間は楽しいですから。

27 「私」は、どれを買いましたか。それは、どうしてですか。

　　1　とても便利だと思ったから、新しい製品を買いました。

　　2　料理の時間がみじかくなると思ったから、新しい製品を買いました。

　　3　料理の時間を楽しいと感じているから、ふつうの製品を買いました。

　　4　ふつうのほうが便利だから、ふつうの製品を買いました。

読解

(3)

（オフィスで）

マックさんの机の上に、このメモがあります。

---

マックさん

午前中に、次の仕事をお願いします。1, 2の順番で、してください。

1　Ｎ印刷の大山さんに、社長のメッセージをメールで送ってください。
　　メールアドレスは、本田さんが知っていますから、聞いてください。

2　きのうのミーティングで話したことを書類にまとめてください。
　　それを、全員にメールで送ってください。

7月1日　9:00AM　中川

---

**28**　このメモを読んで、マックさんは、はじめに何をしますか。

1　社長のメッセージをメールで送ります。
2　本田さんにメールアドレスを聞きます。
3　ミーティングで話したことを書類にまとめます。
4　ミーティングで話したことを全員にメールで送ります。

(4)

　先週、びじゅつ館へ行きました。20人ぐらいの中学生がいました。ここで絵を見るのが、今日の授業だそうです。一つの絵の前にすわって、みんなで長い間見ていました。先生が絵の説明をしていました。ノートに、見ている絵をそのままかいている子どももいました。私は、とてもいい授業だと思いました。

29 「私」は、どこで何をしましたか。

　　1　中学校で、先生から絵の説明を聞きました。

　　2　中学校で、中学生の絵の授業を見ました。

　　3　びじゅつ館で、先生から絵の説明を聞きました。

　　4　びじゅつ館で、中学生の絵の授業を見ました。

**もんだい5　つぎの文章を読んで、質問に答えてください。答えは、
1・2・3・4から、いちばんいいものを一つえらんでください。**

これはリュウさんが書いた作文です。

---

白い色はつかれない

リュウ・ブン

　私は子どものときからスポーツをしていました。それがよかったと思ったことがあります。

　荷物を運ぶアルバイトをしていたときの話です。その荷物は、あまり重くありませんでした。でも、仕事の終わりごろになると、つかれて<u>あまり動けません</u>でした。荷物がだんだん重くなったからです。でも、本当に
①
重くなったのではありません。本当は同じですが、重いと感じたのです。

　私はこのことで、<u>アルバイトの会社の社長にアイデアを伝えました。</u>
②
荷物の箱の色を、白い色にかえたほうがいいと言ったのです。なぜなら、白い色は、黒や茶色より軽く感じるからです。たとえば、スポーツのシャツやソックスはたいてい白です。軽いと感じて、たくさん動けるのです。その会社の箱は、茶色でした。私は社長に、<u>白のほうが仕事がかんたん</u>
③
にできると言いました。

　社長は、私の話をとてもよく聞いてくれました。そして、1か月後、白い箱がとどきました。そのあとは、仕事がずっとかんたんになりました。私は、スポーツをしていたから、このことを知っていました。勉強で知ったことではありません。スポーツでも、遊びでも、仕事に使えるアイデアを見つけることができると思います。

---

**30** なぜ①あまり動けませんでしたか。

1　長い時間重い荷物を運ぶのでとてもつかれるから

2　本当は重い荷物ではないけれど、重いと感じるから

3　はじめから重い荷物を運ばなければならないから

4　はじめは軽い荷物、あとで重い荷物を運ぶから

**31**　「私」は、②アルバイトの会社の社長に何と言いましたか。

1　今、箱の色は茶色だけど、白にしようと言いました。

2　今、箱の色は茶色だけど、黒にしようと言いました。

3　スポーツのシャツやソックスを白にしようと言いました。

4　アルバイトの人のシャツやソックスを白にしようと言いました。

**32**　なぜ③白のほうが仕事がかんたんにできますか。

1　自分はスポーツ選手だと感じて、よく動くから

2　スポーツをしていたことを思い出して、よく動くから

3　白い色の箱を軽く感じて、かんたんに運べるから

4　白い色のものは本当に軽いので、かんたんに運べるから

**33**　「私」がいちばん言いたいことは何ですか。

1　社長は、人の話をよく聞いたほうがいいということ

2　勉強よりアルバイトをしたほうがいいということ

3　白い色のものは軽いと感じるということ

4　アイデアはどこでも見つけられるということ

もんだい6　右のページのお知らせを見て、下の質問に答えてください。答えは、
　　　　　1・2・3・4からいちばんいいものを一つえらんでください。

34　マリさんとアンナさんは、できたら一緒に住みたいと思っていますが、1人ず
　　つでもいいです。やちんは、1人5万円までで、安いほうがいいです。2人は、
　　どれにしますか。
　　　1　①のA
　　　2　①のB
　　　3　②のB
　　　4　③のB

35　パクさんは、1人で住む部屋をさがしています。勉強の時間がたくさんほしい
　　ですから、学校に近いほうがいいです。夜も、1時ごろまで勉強したいです。食
　　事は自分で作らないで、作ってもらうつもりです。やちんは、10万円までです。
　　パクさんは、どれにしますか。
　　　1　①のA
　　　2　②のA
　　　3　②のB
　　　4　③のA

# 住まいのガイド

| タイプ | | やちん(1か月) | コメント |
|---|---|---|---|
| ①学生会館(寮) | A　1人部屋<br>食事つき | 7万円 | ・ ベッド、机などがあります。<br>・ 夜11時に電気を消してねて<br>　ください。 |
| | B　2人部屋<br>食事つき | 4.5万円／1人 | ・ 上と同じです。<br>・ ルームメートは、学校がえら<br>　びます。友だちと一緒に住め<br>　るかどうかわかりません。 |
| ②ホームステイ | A　食事つき | 8万円 | ・ 1人部屋です。ベッド、机な<br>　どがあります。<br>・ 家は、学校の近くです。歩い<br>　て通えます。 |
| | B　食事なし | 5万円 | ・ 上と同じです。<br>・ 料理してもいいです。家の<br>　台所を家の人と一緒に使い<br>　ます。 |
| ③アパート | A　1人で住む | 10万円 | ・ 学校から電車で30分ぐらい<br>　です。<br>・ ワンルームのアパートで、<br>　きれいな部屋です。 |
| | B　ルームシェア<br>（2人か3人で<br>住む） | 5万円／1人 | ・ 上と同じです。<br>・ 友だちと一緒に住めます。 |

※申し込みは、学生課でしてください。

※今、学校が学生に紹介できるリストです。相談したい人は、学生課に来てください。

あおば大学　学生課

# N4

# 【ベスト模試 第3回】

ちょうかい
# 聴解

ふん
# （35分）

---

ちゅう　　い
## 注　意
Notes

しけん　はじ　　　　　　　　　　　もんだいようし　あ
1.　試験が始まるまで、この問題用紙を開けないでください。
Do not open this question booklet until the test begins.

もんだいようし　も　　かえ
2.　この問題用紙を持って帰ることはできません。
Do not take this question booklet with you after the test.

じゅけんばんごう　なまえ　した　らん　　　　じゅけんひょう　おな　　　　　　か
3.　受験番号と名前を下の欄に、受験票と同じように書いて
ください。
Write your examinee registration number and name clearly in each box below as written on
your test voucher.

もんだいようし　　　　ぜんぶ
4.　この問題用紙は、全部で16ページあります。
This question booklet has 16 pages.

もんだいようし
5.　この問題用紙にメモをとってもいいです。
You may make notes in this question booklet.

---

| じゅけんばんごう<br>受験番号　Examinee Registration Number | |
|---|---|

| なまえ<br>名前　Name | |
|---|---|

# もんだい 1

　もんだい1では、まず　しつもんを　聞いて　ください。それから　話を
聞いて、もんだいようしの　1から4の　中から、いちばん　いい　ものを　一つ
えらんで　ください。

## れい

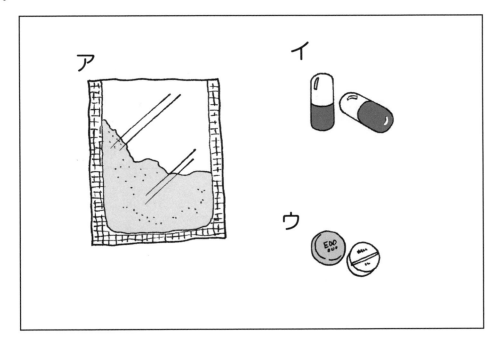

1　ア
2　イウ
3　アイ
4　アイウ

# 1ばん

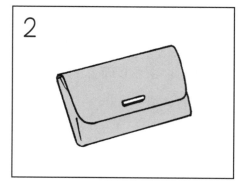

# 2ばん

聴解

# 3ばん

# 4ばん

| 日<br>にち | 月<br>げつ | 火<br>か | 水<br>すい | 木<br>もく | 金<br>きん | 土<br>ど | |
|---|---|---|---|---|---|---|---|
| | 1 | 2 | 3 | 4 | ⑤ | 6 | 1 |
| 7 | 8 | 9 | 10 | 11 | ⑫ | 13 | 2 |
| 14 | 15 | 16 | 17 | 18 | ⑲ | 20 | 3 |
| 21 | 22 | 23 | 24 | 25 | ㉖ | 27 | 4 |
| 28 | 29 | 30 | 31 | | | | |

【ベスト模試 N4 第3回】

## 5ばん

## 6ばん

1 客の 名前を パソコンに 入力する

2 しょるいの コピーを する

3 メールの へんじを する

4 いえに 帰る

— 4 —

# 7ばん

聴解

# 8ばん

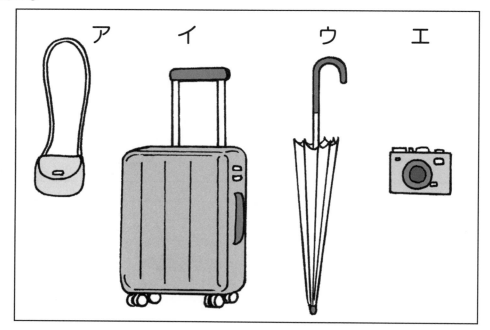

1 アイ

2 アエ

3 イウ

4 ウエ

# もんだい２

　　もんだい２では、まず　しつもんを　聞<sub>き</sub>いて　ください。そのあと、
もんだいようしを　見<sub>み</sub>て　ください。読<sub>よ</sub>む　時間<sub>じかん</sub>が　あります。それから　話<sub>はなし</sub>を
聞<sub>き</sub>いて、もんだいようしの　１から４の　中<sub>なか</sub>から、いちばん　いい　ものを　一<sub>ひと</sub>つ
えらんで　ください。

## れい

1　いい　学校<sub>がっこう</sub>だと　聞<sub>き</sub>いたから

2　じゅぎょうりょうが　高<sub>たか</sub>くないから

3　いい　先生<sub>せんせい</sub>が　多<sub>おお</sub>いと　聞<sub>き</sub>いたから

4　ばしょが　べんりだから

## 1ばん

1 自分が 好きなことを かんがえる

2 スマホで しゃしんを とる

3 すきな しゃしんを えらぶ

4 スピーチの タイトルを きめる

## 2ばん

1 いつも こむ 時間だから

2 じこが あったから

3 イベントを やって いるから

4 工事を して いるから

## 3ばん

1 昔から　ある　パンやだから

2 なれて　いる人が　つくって　いるから

3 この　町の　人が　好きな　味だから

4 おしゃれな　パンだから

## 4ばん

1 しおを　入れすぎたから

2 スパイスを　まちがえたから

3 にくが　少なかったから

4 玉ねぎが　少なかったから

## 5ばん

1 店を やめるから
2 店を 1か月 やすむから
3 高くて うれないから
4 店の 人が 外国へ 行くから

## 6ばん

1 仕事が おもしろくなかったから
2 毎日 帰りが おそかったから
3 母親が びょうきに なったから
4 きゅうりょうが 高くなかったから

# 7ばん

1 友だちに　あえなかったこと
2 両親が　いそがしかったこと
3 妹に　あえなかったこと
4 両親が　さびしいと　言ったこと

聴解

# もんだい 3

　もんだい3では、えを　見ながら　しつもんを　聞いて　ください。

➡ （やじるし）の　人は　何と　言いますか。1から3の　中から、いちばん
いい　ものを　一つ　えらんで　ください。

## れい

聴解

# 1ばん

# 2ばん

## 3ばん

## 4ばん

# 5ばん

聴解

# もんだい 4

　もんだい4では、えなどが　ありません。まず　ぶんを　聞いて　ください。
それから、そのへんじを　聞いて、1から3の　中から、いちばん　いい　ものを
一つ　えらんで　ください。

― メモ ―

# かいとうようし

# N4 げんごちしき(もじ・ごい)

【ベスト模試 第3回】

じゅけんばんごう
Examinee Registration
Number

なまえ
Name

〈ちゅうい Notes〉

1. くろいえんぴつ(HB、No.2)でかいてください。
   Use a black medium soft (HB or No.2) pencil.
   (ペンやボールペンではかかないでください。)
   (Do not use any kind of pen.)

2. かきなおすときは、けしゴムできれいにけして
   ください。
   Erase any unintended marks completely.

3. きたなくしたり、おったりしないでください。
   Do not soil or bend this sheet.

4. マークれい Marking Examples

| よいれい<br>Correct<br>Example | わるいれい<br>Incorrect Examples |
|---|---|
| ● | ⊘ ⊙ ◐ ⊖ ⊕ ⦸ ◑ |

## もんだい 1

| | | | | |
|---|---|---|---|---|
| 1 | ① | ② | ③ | ④ |
| 2 | ① | ② | ③ | ④ |
| 3 | ① | ② | ③ | ④ |
| 4 | ① | ② | ③ | ④ |
| 5 | ① | ② | ③ | ④ |
| 6 | ① | ② | ③ | ④ |
| 7 | ① | ② | ③ | ④ |
| 8 | ① | ② | ③ | ④ |
| 9 | ① | ② | ③ | ④ |

## もんだい 2

| | | | | |
|---|---|---|---|---|
| 10 | ① | ② | ③ | ④ |
| 11 | ① | ② | ③ | ④ |
| 12 | ① | ② | ③ | ④ |
| 13 | ① | ② | ③ | ④ |
| 14 | ① | ② | ③ | ④ |
| 15 | ① | ② | ③ | ④ |

## もんだい 3

| | | | | |
|---|---|---|---|---|
| 16 | ① | ② | ③ | ④ |
| 17 | ① | ② | ③ | ④ |
| 18 | ① | ② | ③ | ④ |
| 19 | ① | ② | ③ | ④ |
| 20 | ① | ② | ③ | ④ |
| 21 | ① | ② | ③ | ④ |
| 22 | ① | ② | ③ | ④ |
| 23 | ① | ② | ③ | ④ |
| 24 | ① | ② | ③ | ④ |
| 25 | ① | ② | ③ | ④ |

## もんだい 4

| | | | | |
|---|---|---|---|---|
| 26 | ① | ② | ③ | ④ |
| 27 | ① | ② | ③ | ④ |
| 28 | ① | ② | ③ | ④ |
| 29 | ① | ② | ③ | ④ |
| 30 | ① | ② | ③ | ④ |

## もんだい 5

| | | | | |
|---|---|---|---|---|
| 31 | ① | ② | ③ | ④ |
| 32 | ① | ② | ③ | ④ |
| 33 | ① | ② | ③ | ④ |
| 34 | ① | ② | ③ | ④ |
| 35 | ① | ② | ③ | ④ |

# 【 ベスト模試 第3回 】

# N4 げんごちしき（ぶんぽう）・どっかい

じゅけんばんごう
Examinee Registration
Number

なまえ
Name

〈ちゅうい Notes〉

1. くろいえんぴつ（HB, No.2）でかいてください。
   Use a black medium soft (HB or No.2) pencil.
   （ペンやボールペンではかかないでください。）
   (Do not use any kind of pen.)

2. かきなおすときは、けしゴムできれいにけして
   ください。
   Erase any unintended marks completely.

3. きたなくしたり、おったりしないでください。
   Do not soil or bend this sheet.

4. マークれい Marking Examples

| よいれい<br>Correct<br>Example | わるいれい<br>Incorrect Examples |
|---|---|
| ● | ⊘ ⊗ ○ ◑ ◐ ⊖ |

## もんだい1

| | | | | |
|---|---|---|---|---|
| 1 | ① | ② | ③ | ④ |
| 2 | ① | ② | ③ | ④ |
| 3 | ① | ② | ③ | ④ |
| 4 | ① | ② | ③ | ④ |
| 5 | ① | ② | ③ | ④ |
| 6 | ① | ② | ③ | ④ |
| 7 | ① | ② | ③ | ④ |
| 8 | ① | ② | ③ | ④ |
| 9 | ① | ② | ③ | ④ |
| 10 | ① | ② | ③ | ④ |
| 11 | ① | ② | ③ | ④ |
| 12 | ① | ② | ③ | ④ |
| 13 | ① | ② | ③ | ④ |
| 14 | ① | ② | ③ | ④ |
| 15 | ① | ② | ③ | ④ |

## もんだい2

| | | | | |
|---|---|---|---|---|
| 16 | ① | ② | ③ | ④ |
| 17 | ① | ② | ③ | ④ |
| 18 | ① | ② | ③ | ④ |
| 19 | ① | ② | ③ | ④ |
| 20 | ① | ② | ③ | ④ |

## もんだい3

| | | | | |
|---|---|---|---|---|
| 21 | ① | ② | ③ | ④ |
| 22 | ① | ② | ③ | ④ |
| 23 | ① | ② | ③ | ④ |
| 24 | ① | ② | ③ | ④ |
| 25 | ① | ② | ③ | ④ |

## もんだい4

| | | | | |
|---|---|---|---|---|
| 26 | ① | ② | ③ | ④ |
| 27 | ① | ② | ③ | ④ |
| 28 | ① | ② | ③ | ④ |
| 29 | ① | ② | ③ | ④ |

## もんだい5

| | | | | |
|---|---|---|---|---|
| 30 | ① | ② | ③ | ④ |
| 31 | ① | ② | ③ | ④ |
| 32 | ① | ② | ③ | ④ |
| 33 | ① | ② | ③ | ④ |

## もんだい6

| | | | | |
|---|---|---|---|---|
| 34 | ① | ② | ③ | ④ |
| 35 | ① | ② | ③ | ④ |

# かいとうようし

# N4　ちょうかい

【 ベスト模試 第3回 】

じゅけんばんごう
Examinee Registration
Number

なまえ
Name

〈ちゅうい Notes〉

1. くろいえんぴつ(HB、No.2)でかいてください。
   Use a black medium soft (HB or No.2) pencil.
   (ペンやボールペンではかかないでください。)
   (Do not use any kind of pen.)

2. かきなおすときは、けしゴムできれいにけして
   ください。
   Erase any unintended marks completely.

3. きたなくしたり、おったりしないでください。
   Do not soil or bend this sheet.

4. マークれい Marking Examples

| よいれい<br>Correct<br>Example | わるいれい<br>Incorrect Examples |
|---|---|
| ● | ⊘ ⊗ ◯ ◑ ① ⊖ |

## もんだい 1

| | | | | |
|---|---|---|---|---|
| れい | ① | ② | ③ | ④ |
| 1 | ① | ② | ③ | ④ |
| 2 | ① | ② | ③ | ④ |
| 3 | ① | ② | ③ | ④ |
| 4 | ① | ② | ③ | ④ |
| 5 | ① | ② | ③ | ④ |
| 6 | ① | ② | ③ | ④ |
| 7 | ① | ② | ③ | ④ |
| 8 | ① | ② | ③ | ④ |

## もんだい 2

| | | | | |
|---|---|---|---|---|
| れい | ① | ② | ③ | ④ |
| 1 | ① | ② | ③ | ④ |
| 2 | ① | ② | ③ | ④ |
| 3 | ① | ② | ③ | ④ |
| 4 | ① | ② | ③ | ④ |
| 5 | ① | ② | ③ | ④ |
| 6 | ① | ② | ③ | ④ |
| 7 | ① | ② | ③ | ④ |

## もんだい 3

| | | | |
|---|---|---|---|
| れい | ① | ② | ③ |
| 1 | ① | ② | ③ |
| 2 | ① | ② | ③ |
| 3 | ① | ② | ③ |
| 4 | ① | ② | ③ |
| 5 | ① | ② | ③ |

## もんだい 4

| | | | |
|---|---|---|---|
| れい | ① | ② | ③ |
| 1 | ① | ② | ③ |
| 2 | ① | ② | ③ |
| 3 | ① | ② | ③ |
| 4 | ① | ② | ③ |
| 5 | ① | ② | ③ |
| 6 | ① | ② | ③ |
| 7 | ① | ② | ③ |
| 8 | ① | ② | ③ |